आपल्या
स्नेहीजनांना
पुस्तके
भेट द्या

मी
लाडाची
मैना
तुमची

द. मा. मिरासदार

D9900269

मेहता पब्लिशिंग हाऊस

All rights reserved along with e-books & layout. No part of this publication may be reproduced, stored in a retrieval system or transmitted, in any form or by any means, without the prior written consent of the Publisher and the licence holder.

Please contact us at **Mehta Publishing House,** Pune.

Email : production@mehtapublishinghouse.com

Website : www.mehtapublishinghouse.com

◆ या पुस्तकातील लेखकाची मते, घटना, वर्णने ही त्या लेखकाची असून त्याच्याशी प्रकाशक सहमत असतीलच असे नाही.

MEE LADACHI MAINA TUMCHI by D. M. MIRASDAR

मी लाडाची मैना तुमची : द. मा. मिरासदार / वगनाट्य

Email : author@mehtapublishinghouse.com

© सुनेत्रा मंकणी

प्रकाशक   : सुनील अनिल मेहता, मेहता पब्लिशिंग हाऊस,
              १९४१, सदाशिव पेठ, माडीवाले कॉलनी, पुणे ४११०३०.

अक्षरजुळणी : अर्चना कुलकर्णी, पुणे

मुखपृष्ठ   : शि.द.फडणीस

प्रकाशनकाल : १९७९ / २००२ /
              मेहता पब्लिशिंग हाऊस, पुणे यांची
              तिसरी आवृत्ती : मार्च, २०११ / जानेवारी, २०१२ /
              पुनर्मुद्रण : फेब्रुवारी, २०१९

P Book ISBN 9788184982190
E Book ISBN 9789353170981
E Books available on : play.google.com/store/books
                       www.amazon.in/b?node=15513892031

'लाडाची मैना'च्या निमित्ताने

'मी लाडाची मैना तुमची' हे वगनाट्य दहाबारा वर्षांपूर्वी, म्हणजे १९६७-६८च्या सुमारास मी लिहिले. वगनाट्य हा नाट्य-प्रकार त्या वेळी पुन्हा मराठी रंगभूमीवर लोकप्रिय होत होता. दादा कोंडके यांचे वसंत सबनीस लिखित 'विच्छा माझी पुरी करा' हे वगनाट्य तर लोकांनी डोक्यावर घेतले होते. अशा वेळी या क्षेत्रातील इतर कलावंत मंडळी दुसऱ्या नव्या वगनाट्याच्या शोधात होती. श्री. निळू फुले, राम नगरकर आणि त्यांची काही मित्रमंडळी यांनी 'फडकरी मंडळी' या नावाने एक फडच स्थापन करण्याची तयारी चालवली होती. त्यांना काही नवे, अस्सल, त्यांच्या अभिनयाला वाव देणारे आणि प्रेक्षकांना आवडेल असे वगनाट्य हवे होते. त्यांच्या माझ्या भेटीतून, गप्पागोष्टीतून हे लेखन झाले. या लेखनाला मी काही नाव दिले नव्हते. कै. ग. दि. माडगूळकरांनी पुढे या वगातील गीते, लावण्या वगैरे लिहिल्या. त्यातील एका लावणीचे तोंड 'मी लाडाची मैना तुमची' असे आहे. त्यावरून फडकरी मंडळींनी हेच नाव वगासाठी निश्चित केले.

हे वगनाट्य त्या काळात चांगले चालले. उत्सुकता वाढविणारी कथा, विनोद, संगीत आणि निळू फुले, राम नगरकर यांचा अभिनय यामुळे ते गाजले म्हणण्यास हरकत नाही. शंभर-सव्वाशे प्रयोग सहज झाले असतील. आणखीही सहज झाले असते. पण 'कंपनी'त नेहमीप्रमाणे फाटाफूट झाली. प्रयोग बंद पडले. नंतर काही दिवसांनी 'सोकाजी टांगमारे' या नावाने पुन्हा ते रंगमंचावर आले. या खेपेस तर फुले-नगरकर यांच्या जोडीस 'उषा चव्हाण' हेही एक चमकदार नाव होते. त्यामुळे पुन्हा या वगनाट्याचे पुष्कळ प्रयोग झाले. पुन्हा काही कारणामुळे चांगले चाललेले हे वगनाट्य गुंडाळून ठेवावे लागले.

प्रत्यक्ष लेखनानंतर जवळजवळ दहा-बारा वर्षांनी हे वगनाट्य पुस्तक रूपाने प्रसिद्ध होत आहे.

'अरबी भाषेतील सुरस आणि चमत्कारिक गोष्टी' या पुस्तकात अनेक मनोरंजक कथा आहेत. 'झोपी गेलेला जागा झाला' ही अशीच एक मजेदार गोष्ट. या कथेचे दोन भाग आहेत. त्यापैकी दुसऱ्या भागातील कथेचा, त्यातील घटनांचा, प्रसंगनिष्ठ विनोदाचा उपयोग करून हे वगनाट्य मी लिहिले. ते अशा पद्धतीने लिहिले आहे की, वगनाट्याच्या ऐवजी 'प्रहसन' (फार्स) म्हणूनही ते रंगमंचावर येऊ शकेल. जसे लेखन केले आहे, तसेच ते रंगभूमीवर आले तर ते 'प्रहसन' वाटावे, पण त्याचबरोबर त्यातील संवाद ग्रामीण भाषेत असल्यामुळे प्रारंभी गण-गौळण त्यास जोडली आणि कथेचे अनुसंधान जुळविण्यासाठी मधूनच वगाचे गाणे आणि काही लावण्या यांची भर घातली, तर ते 'वगनाट्य' म्हणून उपयोगात यावे.

फडकरी मंडळींनी 'वगनाट्य' म्हणूनच ते रंगमंचावर आणले. त्यासाठी पद्धतीप्रमाणे मुजऱ्याचे नृत्य, गण (ईशस्तवन) आणि गौळण इत्यादी भर घातली. हा प्रारंभीचा सगळा भाग निळू-राम नगरकर यांनीच तयार केला व बसविला. त्यातील बऱ्यावाईटाचे श्रेय त्यांनाच दिले पाहिजे, मला नव्हे! अजूनही कुणाला 'वगनाट्य' म्हणून या मुद्रित लेखनाचा उपयोग करावयाचा असेल, तर हा प्रास्ताविक भाग त्यांना आपल्या कल्पनेनुसार नवाही निर्माण करता येईल. यासाठी लागणारा गण, गौळण, लावणी आणि मधला वग ही सगळी गीतरचना कै. ग. दि. माडगूळकर यांनी करून दिली. त्यांचे माझे संबंध इतक्या निकटचे होते की, मी नुसती विनंती केल्यावर त्यांनी एका बैठकीत माझ्यादेखत ही गीतरचना पूर्ण केली! त्या बैठकीचे स्मरण मला नेहमीच होत राहील. वाचकांच्या आणि कलावंतांच्या सोयीसाठी त्यांची ही सगळी काव्यरचना या लेखनाच्या शेवटी स्वतंत्रपणे दिली आहे.

वगनाट्याचे तंत्र अगदीच लवचिक असते. त्याला नेपथ्य, प्रकाशयोजना या गोष्टींचा सोस नसतो. त्यावाचून वगनाट्याचे काही अडतही नाही. त्याचबरोबर

संहितेनुसार संवादोच्चार हा नाटकाचा नियमही येथे फार शिथिल असतो. वगनाट्यातील पात्रे मूळ संहितेतील संवादाचा प्रारंभी आधार घेतात खरा, पण तो लवकरच सोडून देतात आणि स्वतंत्र संवाद प्रत्येक प्रयोगात हळूहळू रूढ होतात. इतकेच नव्हे तर, या नवीन संवादातून पुढेपुढे नवीन घटना, नवीन पात्रेही पुढे येतात. मूळ संहितेत इतका बदल होत आला की, आपले मूळचे असे फारच थोडे शिल्लक राहते. हे चांगले की वाईट, हे सांगणे कठीण आहे. मला स्वत:ला असे वाटते की, या दोन्ही पद्धती रंगभूमीला उपकारक आहेत. एक पद्धत म्हणजे मूळ संहितेनुसार जसाच्या तसा प्रयोग करणे आणि दुसरी म्हणजे मूळ संहितेचा प्रारंभी आधार घेऊन पुढे कलावंताच्या प्रतिभेनुसार आणि प्रयोगानुसार त्यात सतत बदल करण्याचे स्वातंत्र्य घेणे, म्हणजे एक 'संहिताबद्ध' नाट्य आणि दुसरे 'स्वैर' नाट्य. वगनाट्य हा यापैकी दुसरा प्रकार आहे. माझ्या मूळ संहितेत कलावंतांनी अनेक बदल केले. नवे संवाद, नव्या घटना, नवी पात्रे कितीतरी बदल होत गेले. पण या मुद्रित लेखनात मात्र मी माझी मूळ संहिताच कायम ठेवली आहे. हेतू हा की, प्रत्यक्ष प्रयोग पाहिलेल्या प्रेक्षकांना मूळ लेखन कळावे आणि उद्या कुणाला याचा प्रयोग पुन्हा करावासा वाटला, तर त्याला स्वत:च्या कल्पनाशक्तीनुसार स्वतंत्र भर घालता यावी.

असो; ज्या कलावंतांनी हे वगनाट्य लोकप्रिय करण्यास साह्य केले त्या सर्वांचा मी मन:पूर्वक आभारी आहे.

२८ मार्च, १९७९   **द. मा. मिरासदार**

या वगनाट्याचा प्रयोग करण्यापूर्वी सुनेत्रा मंकणी, एस-४, रविराज सहजीवन सोसायटी, तुळशीबागवाले कॉलनी, सहकारनगर नं.२, पुणे - ४११००९. या पत्त्यावर मानधन रुपये २५०/- पाठवून पूर्वसंमती घेणे आवश्यक आहे.

(महाराजांचा हुजऱ्या सोकाजी आणि त्याची बायको मैना घाईघाईने प्रवेश करतात. सोकाजी हुजऱ्याच्या पोशाखात, तर मैना नर्तिकेच्या पोशाखात आहे. तिच्या एका पायात चाळ बांधलेला, तर दुसरा बांधण्यासाठी घेतलेला तिच्या हातात तसाच आहे. तिची मुद्रा संतापलेली तर सोकाजीची मुद्रा जरा घाबरलेली. दोघेही अस्वस्थ.)

मैना : तुम्ही महाराजांबरोबर महिनाभर टूरला गेलात. चैन केलीत. वाट्टंल तसं उंडारलात. हिकडं मला घराभायेर पडायची चोरी....

सोकाजी : चांगल्या बायांनी घराबाहेर पडूच ने. एक नवरा है तेवढा पुरे आहे.

मैना : पुरे झाला फाजीलपणा तुमचा. इकडं माणसाचा जीव जायची पाळी आलीय अन् तुमाला थट्टा सुचती व्हय.

सोकाजी : चांगली धडधाकट दिसतीस. खण-खण-खण बोलतीयस नारोशंकराच्या घंटेसारखी अन् जीव जायला काय झालंय? जीव म्हंजे काय पाखरू है – बसलं फांदीवर घडीभर की गेलं उडून भुर्रर करून? आं?

मैना : करा, अजून फाजीलपणाच करत बसा. बायको मेली तरी

गुण जायचा न्हाई तुमचा ह्यो. 'खरंच मेलीस का गं?' म्हणून मलाच इचाराल पुन्हा.

सोकाजी : पण, काय झालं काय एवढी बोंबाबोंब करायला? आं? नवरा टूरला गेला, तर आजकाल किती आनंद होतोय बायकांना. आल्याबरोबर पयला प्रश्न, टी. ए. बिल किती झालं? आन् दुसरा प्रश्न आता पुन्हा टूरवर कवा जाणार? म्हाईत है?

मैना : बोलू नका एक शब्द. कर्जाचा डोंगर करून ठिवलाय. जाईल तिथं उधारी, उधारी, उधारी. सगळे खेटे घालताईत. आज पंधरा दिस झाले. जीव कावून गेलाय माझा.

सोकाजी : एवढंच ना? मग त्याला काय भ्यावं? देऊन टाकू म्हणावं. कुठं म्या पळून चाललोय का?

मैना : तुमीच सांगा. टाईम झालाच एकेकाचा यायचा.

सोकाजी : (ऐटीत) आसं? बघू तर खरं. (खिडकीतून बाहेर बघतो. घाबरून) बाप रे, आला गं आला. हिकडंच आला –

मैना : व्हय का? कोण आलाय ह्यो टोळभैरव?

सोकाजी : अगं, आपला दूधवाला. कानफाटे पैलवान?

मैना : अगं बया. मग खाताय मार मरस्तवर आता. कालपरवाच येऊन दम देऊन गेला हुता –

सोकाजी : (कापतकापत) क... काय म्ह... म्हनत हुता?

मैना : म्हनला, आता भेटू तर दे तुझा नवरा अन् पैशेच न देऊ देत, म्हंजे दावतो हिसका.

सोकाजी : आई गं.

मैना : आधी म्हणला छाताड्यात बुक्क्या हाणतो.

सोकाजी : (छाती धरून) मेलो –

मैना : मग दोन कानफाडात देतो ठिवून –

सोकाजी : (गालाला हात लावून) मेलो –

मैना : मग म्हणला खाली पाडून न्हाई कुचलला तर नावचा कानफाट्या पैलवान न्हवं? उचल की आपट, उचल की आपट –

सोकाजी : काय साला माणूस है का भिताड? उधारी ऱ्हायली म्हनून इक्तं मारणार म्हंजे काय?

मैना : आलाच बघा तो.

सोकाजी : (घाबरून) आता लपव तर मला कुटं.

मैना : लपवायला काय ठिवलंय का घरात तुमी? पार इकून मोकळं झालात. पार आरशावाणी लख्ख है घर. चैन करायला पायजे ना? घ्या आता.

सोकाजी : चैन का एकट्यानं केली का म्या? तू न्हवतीस का?

मैना : परीटघडीची कापडं पायजेत रोज. शेला जरीचा पायजे ना? घ्या आता.

सोकाजी : तू काय उघडी हिंडत हुतीस?

मैना : केसाला फैनाबाज तेल लावायला पाहिजे ना? घ्या आता.

सोकाजी : आन् तू काय घास्टेल फाशीत हुतीस डोक्याला? म्हणं, घ्या आता.

मैना : खायला भाजीभाकरी चालत न्हाई. रोज बासुंदीपुरी खाऊ वाटती. घ्या की आता मग.

सोकाजी : रोज बासुंदीपुरी? साफ खोटं है हे. मधनंमधनं शीरखंड हुतं. चारदोन टायमाला गुलाबजाम आणलं हुतं. इसरलीस का? म्हणं रोज बासुंदीपुरी. ह्यः....

मैना : आता निघतील की गुलाबजाम सगळे भायेर.

सोकाजी : (खोट्या रुबाबात) अंः... मी महाराजांचा स्पेशल हुजऱ्या हाये, आनू तू डान्सर हैस. राणीसाहेबांची लाडकी दाशी हैस. काय ताकद हाये साल्याची माज्या अंगाला हात लावायची. त्याची एक तर आपली चार.

मैना : (बाहेर बघून) आलाच बगा.

सोकाजी : (बिचकून) आं?... आगं लपव मला कुठंतरी. न्हाई म्हणून सांग घरात.

मैना : मी सांगून कटाळले. आता तुम्ही समक्षच सांगा. म्हणावं – मी न्हाई घरात.

सोकाजी : काय बायकू हाये... आगं, नुस्तं चार शब्द तोंडातनं काडायला काय तिकीट पडतंय का?

मैना : आपण न्हाई त्या धटिंगणाच्या तोंडाला तोंड देणार.

सोकाजी : तोंडाला तोंड द्यायला मी हाये की जिवंत... तू तिकडं कशाला जातीस त्याच्यासाठी? एवढं नुस्तं बोलायला काय तुज्या बाचं जातंय का?

मैना : ह्यो आलाच बगा माझा या – (बाहेरून हाका ऐकू येतात.

'सोकाजी, ए सोकाजी, कुठाय सोकाजी?–) आता घ्या.

सोकाजी : (गडबडीने) मी आतल्या घरात हाये. मोरीत. तू दारातच हुभी ऱ्हा. न्हाई म्हणून परस्पर लावून दे माघारी. (गडबडीनं आत जातो.) (कानफाटे पैलवान प्रवेश करतो.)

कानफाटे : कुठाय सोकाजी?

मैना : भायेर गेल्यात.

कानफाटे : आता हितं खिडकीत दिसला. बोल, कुठाय?

मैना : आता हुते इथं. पन आत्ताच भायेर गेले.

कानफाटे : (इकडंतिकडं संशयानं बघत) आसं काय? आत हाये आत. मी सांगतो.

मैना : न्हाईत म्हणते ना... एकली आहे घरात मी. उगाच वाद घालू नगा.

कानफाटे : सोता बगून खात्री करून घीन. त्याबिगर जायाचा न्हाई मी – (आत जाऊ लागतो.)

मैना : बगा तुमची एवढी हौसच आसली तर बघा जावा. मोरीकडं मातर जाऊ नका हं. लई आंधार हाय.

कानफाटे : आंधार काय करतोय? चावतोय का?

मैना : आंधार न्हाई चावत. पर काकामामा एखादा आसतोय. परवा एवढी मोठी इंगळी निघाली....

कानफाटे : आंधारात तर मला बराबर दिसतं –
(आत जातो. आतून मोठा आरडाओरडा ऐकू येतो. सोकाजीचे ओरडणे आणि कानफाट्याची गर्जना असा गोंधळ चालतो. मग सोकाजीच्या बकोटीला धरून कानफाटे त्याला बाहेर आणतो.

कानफाटे : न्हाई आत म्हणत हुतीस न्हवं? ह्यो बघ तुझा काकामामा. मोरीत बसला हुता लपून.

मैना : पर आता भायेरनं आले आसतील तिथं. मला न्हाई म्हाईत.

कानफाटे : काय रे?

सोकाजी : (धडपड करतो) हां, हां, मानगूट धर. उगीच धसमुसळ्यासारखं करून कापडं खराब करू नकोस माजी, सांगून ठिवतो. महाराजांचा हुजऱ्या हाय मी. जरा कापडावर एवढी सुरकुती दिसली तर फाईन हाये धा रुपये, म्हाईत आहे?... तुज्याकडनं भरून घीन मी.

कानफाटे	:	आरं जा रं, भरून घेणार... पडलो तर मिशी... पैशाचं काय झालं मेहेरबान आपल्या?
सोकाजी	:	कसले पैसे?
कानफाटे	:	कानफाटे पैलवान म्हनत्यात मला. एकदा कान धरून वढला तर कान फाटून निघतो असा डंका हाये आपला. ध्यानात ठिवून बोला.
मैना	:	आगं बया... असं हाय व्हय? मला काय वाटलं, तुमचाच कान फाटला हाये म्हणून नाव पडलं हे.
कानफाटे	:	बास्... जास्त बडबड नकोय आपल्याला. दुधाच्या बिलाचं काय झालं बोला आपल्या.
सोकाजी	:	हां... हां, दुधाची बाकी, आता आलं लक्षात किती हाये अकाऊंट?
कानफाटे	:	एकशे साठ रुपये, बासष्ट पैसे.
सोकाजी	:	बास्... एवढंच? हात्तिच्या मला वाटलं, कुठं दहा-बारा हजार रुपये हाये का काय....
कानफाटे	:	तेवढं तरी द्या की. आज म्हैना झाला हेलपाटा घालतोय.
सोकाजी	:	ताबडतोब... शेदीडशे म्हणजे काय रक्कम आहे... हे घे. (खिसे चाचपतो) कानफाटे, दुधाचा भाव काय धरलाय?
कानफाटे	:	दोन रुपये लिटर.
सोकाजी	:	(खिसे चाचपत) इतकं सस्त कसं काय परवडतं तुम्हाला? पाणी तर तुम्ही लई घालत न्हाई. अशानं धंदा कसा चालंल?
मैना	:	इलेक्शन हून गेलंय. भाव वाढवा आता.
कानफाटे	:	(गुरगुरत) पैशे काढा लवकर... म्हंजे मला जायाला बरं. आजून धा म्हशी पिळायच्यात....
सोकाजी	:	आगं, आत जा बरं जरा. त्या गाडग्यात शंभरशंभराच्या नोटा ठिवल्यात त्यापैकी दोन घिऊन ये. दोनच आण हां – (मैना जाते) – तर काय सांगत हुतो मी बरं. हा, आम्ही समदे राजवाड्यातले लोक एक कापरेटिव्ह सोसायटी काढणार है. एकदम शंभर म्हशी घ्यायच्या ठरलंय. काठेवाडच्या. पंचवीस शेर दूध एका टायमाला.
कानफाटे	:	असं?
सोकाजी	:	मग सांगतोय काय? काही म्हशी तर अशा हुरमुजी हैत.

एकदम दही. एकदम लोणी. दूध देतच न्हाईत.

कानफाटे : ह्यो:... बंडल मारतोस सोकाजी तू.

सोकाजी : आता काय करावं... परवा टूरला गेलो होतो. महाराजांच्या बरुबर... बगून आलो ना समक्ष. डोळ्यांवर विश्वास बसंना. म्हशीसारख्या म्हशी. पण प्रत्येकीचा गुण वायला. दूध म्हंजे दूधच देणार एक. दही म्हंजे दहीच देणार एक. एक म्हैस तर नुसती पाण्याची. दुधात घालायचं पाणी देती. बाकी काही देत न्हाई. (मैना येते) का गं, तुला सकाळीच सांगितलं न्हाई का मी?

मैना : आल्या आल्या सांगितलं तुम्ही.

कानफाटे : मग आपल्याकडं आणा की धा-पाच त्यांतल्या.

सोकाजी : पण किंमत लई भारी. पाचपाच हजार म्हंजे आयुलो काम. 'हायब्रीड' म्हैस म्हनत्यात तिला. आठ-आठ दहा-दहा हजार पडतात म्हणून आम्ही एक युक्ती काढली.

कानफाटे : कसली युक्ती?

सोकाजी : कापरेटिव्ह सोसायटी काढायची. म्हाराजाकडं आर्ज आजच टाकणार. प्रत्येकानं दोन-दोनशे रुपये घालायचे. आर्ज मंजूर झाला की, बाकीचे पैसे तिजोरीतनं मिळणार. एकदम रोकड हातात. धा म्हशी घेऊन टाकू.

कानफाटे : मग राव आपल्याला मेंबर करून घ्या की!

सोकाजी : आता टाईम कुठय? (मैनेला) ए, त्यांचे पैसे देऊन टाक. आटप लवकर. राजवाड्यात जायला लेट व्हायला लागलाय.

कानफाटे : पैशाची काय मोठी बाब आहे. ऱ्हाऊ द्या, ऱ्हाऊ द्या पैसे. न्हाई तर असं करा, ही बाकी त्यातच घाला –

सोकाजी : अन् बाकीचे?

कानफाटे : आनून देतो संध्याकाळपत्तुर.

सोकाजी : (तोंड वेडंवाकडं करीत) – सोसायटीचं काम है. उधारी अजिबात चालत न्हाई.

कानफाटे : बरं, दुपारपत्तुर आणून देतो.

सोकाजी : बरं, चालंल म्हणा. न्हाईतर आसं का कराना, घेऊन जा तुमची बाकी म्हंजे तुमी मोकळे, आमी मोकळे. ए, देऊन टाक पैशे.

कानफाटे : ऱ्हाऊ द्या म्हणतो ना सोकाजीराव, आसं काय करताय?

सोकाजी	:	बरं, व्हाऊ द्या. जशी तुमची मर्जी. ट्राय करून बघतो. गैरंटी देत न्हाई.
मैना	:	ट्राय मात्र जोरदार करा हां! आपला मनुष्य आहे.
कानफाटे	:	पण का हो, सोकाजीराव, महाराज मंजूर करतील आपला अर्ज?
सोकाजी	:	करतील का? करायलाच पायजे, कापरेटिव्ह सोसायटी है. कापरेटिव्हचं काम नामंजूर होत नसतं.
मैना	:	हं... त्यात आणखी एक गोष्ट हाये. एक छदाम परत वसूल हुणार न्हाई म्हणून हे स्वत: गॅरंटी देणार हैत. मग काय ताबडतोब मंजूर....
सोकाजी	:	हां, कापरेटिव्हची तेवढीच अट्ट हाये. पैसा वसूल हुता उपयोगाचा न्हाई. गेला तो गेलाच. मातीत गेला अशी महारानींची खात्री पटली पायजे. म्हंजे मग मंजुरी ताबडतोब मिळती.
कानफाटे	:	मग हारकत न्हाई. मग जाऊ मी?– दुपारपत्तुर पैसे घेऊन आलोच.
सोकाजी	:	या तुम्ही, पण मला वाटतं – सरळ आपली रक्कम घेऊन गेलात तर बरं हुईल. घेता? ए, देऊन टाक पैसे.
कानफाटे	:	आसं काय करताय सोकाजीराव तुम्ही?
सोकाजी	:	बरं व्हाऊ द्या.
कानफाटे	:	तिवढी पाण्याची म्हैस आपल्या नावावर टाका. काय? (जातो.)
सोकाजी	:	नक्की... (त्याला पोचवून परत येतो) – हुश्श... सुटलो बुवा या पैलवानाच्या तडाख्यातनं....
मैना	:	(राहिलेला चाळ पायात बांधीत) आता सुटलात. दुपारी?
सोकाजी	:	दुपारी? दुपारच्याला त्यो व्हायलेले पैसे घ्यायला येतो का न्हाई बघ तू. एकशेसाठ रुपये भोजन आणि चाळीस रुपये वर दक्षणा.
मैना	:	आसे किती दिस फसवाल? आन् कुणाकुणाला फसवाल? आता दुसरा कुणीतरी काकोबा येतोय बगा.
सोकाजी	:	(धावपळ करीत) त्याच्या आधी हिथनं सुटलं पायजे (खिडकीतनं बघत) मेलो... आलाच... बत्तिशी वढली गं तुजी.
मैना	:	कोण आलाय आता?

सोकाजी	:	दुसरं कोण? शालूवाले रामप्रसादजी.
मैना	:	तो मेला दारुड्या? तो तर सारखा खेटे घालतोय. तुमी न्हाई म्हटल्यावर तर पन्नास वेळा येऊन गेला. हालकट मेला.
सोकाजी	:	मग उधारी करावी कशाला त्याच्याकडची? आगं, एक वेळ चोरीत सापडावं, पण उधारीत सापडू नये.
मैना	:	झाली खरी चूक.
सोकाजी	:	काय काय आणलंस लाडके, ह्या भडव्याच्या दुकानातनं?
मैना	:	जास्त काई नाही. दोन शालू, तीन शिवसंभव साड्या आन् गढवालच्या साड्या हाफ डझन.
सोकाजी	:	आन् झंपारचं कापड?
मैना	:	ते किती? दोन-तीन डझ्झन तर आणलेत. काय जास्त झालेत का?
सोकाजी	:	छ्या:... अगदी बेतशीरच काम है... आंग वाढतंय तसं कापड जास्त लागायचंच की. त्यातनं आलीकडं बाडी लई स्ट्रांग झालीय तुझी.
मैना	:	उगीच फाजीलपणा करू नका. त्या शालूवाल्याला हाकला आधी. लई चिकाट जात हाये.
सोकाजी	:	हाकलू कसं? पैलवानाचं काम सोपं हुतं. शेटजीची जात फार हुशार. अशातशानं बधायची न्हाई.
मैना	:	ते काय वाट्टेल ते करा गडे. पण घालवा ही पिडा.
सोकाजी	:	(वेडावून) ते काय वाट्टेल ते करा गडे... वाट्टेल ते काय करा? डोकं फोडू त्याच्यासमोर?
मैना	:	फोडून काय निघायचंय?
सोकाजी	:	मग मलाच ने म्हणतो बाजारात अन् विकून टाक म्हणून सांगतो.
मैना	:	चार-दोन रुपयांनी काय व्हायचंय?
सोकाजी	:	(हात जोडून) माझे बाई, शरण आहे मी तुला.
मैना	:	उगीच वाद घालू नगा हो. आलाच बघा तो. काहीतरी करा.
सोकाजी	:	(अस्वस्थपणे फेऱ्या घालीत) आता असं कर. तू नाच. मी ठेका धरतो, आलाच तर सांगतो प्राक्टिस चालू हाये. मधे बडबड करायची न्हाई. काय? इतका वेळ नाच, की कटाळून कटाळून गेला पायजे निघून. कबूल? –

मैना	:	कबूल.
सोकाजी	:	मग, चल सुरू कर.

(मैना नाचाला आरंभ करते. सोकाजी ठेका धरतो. नाचता नाचता गाणे सुरू होते. एवढ्यात शालूवाला रामप्रसादजी झोकांड्या खात प्रवेश करतो. थोडा वेळ गप्प उभा राहतो. मान डोलवतो. मग बोलण्याचा प्रयत्न करतो. पण सोकाजी त्याला गप्प बसण्याची खूण करतो.)

शेटजी	:	(अडखळत) – शु:
सोकाजी	:	(खूण करून) – शु:
शेटजी	:	पण –
सोकाजी	:	शुक्, शुक् –
शेटजी	:	पण –
सोकाजी	:	गप् बसा –

(शेटजी निरुपायाने गप्प राहतो. मैना त्याच्याकडे लक्ष देतच नाही. ती नाचतच राहते. सोकाजी पुन्हा ठेका धरून तिच्या नादात गुंग झाल्याचे दाखवतो. शेटजी पुन्हा नाच बघत उभा राहतो. कंटाळून पुन्हा सोकाजीला काही सांगण्याचा प्रयत्न करतो. पण सोकाजी पुन्हा त्याला दटावून गप्प बसवतो. अखेर मैना नाचून नाचून थकते. नाच थांबतो. ती तोंडाने हुशऽहुश करीत उभी राहते. सोकाजी तिला पंख्याने वारा घालू लागतो.)

शेटजी	:	सोकाजी –
सोकाजी	:	शु:... गप् बसो शेठ जरा. नाचाची प्राक्टिस चाललीय दिसत न्हाई का?
शेटजी	:	अरे, आज लई घाईमंदी?
सोकाजी	:	शु:... मधे बोलू नका. (मैनेला) लाडके, दोन मिंट विसावा घे अन् पुन्हा सुरू कर हं प्राक्टिस. दरबारात डान्स म्हंजे प्राक्टिस जोरदार पायजे.
मैना	:	आजून दोन घंटे तरी ऱ्हेर्सल पायजे.
सोकाजी	:	मग कर सुरू. हयगय नको. हे शेटजी काय आपलेच हैत. थांबतील दोन घंटे.
शेटजी	:	दोन घंटे? छ्या: छ्या:... इक्ता टाईम न्हाई आपल्याजवळ. आमी अशासाठी आले हुते –

(मैना पुन्हा नाचू लागते. तिच्याबरोबर सोकाजीही या खेपेस नाचतो. दोघेही नाचगाण्यात बेहोश झाल्याचे दाखवतात. शेटजी पुन्हा मधेमधे बोलून त्यांचे लक्ष आपल्याकडे ओढून घेण्याचा प्रयत्न करतो. पण नाचता नाचताच सोकाजी त्याला दटावतो. निरुपायाने तो गप्प उभा राहतो. पुन्हा नाचगाणे थांबते. मैना हुशऽहुश करीत उभी राहते. सोकाजी परत तिला वारा घालू लागतो.)

सोकाजी	:	वा मैने, वा... आज बहार केलीस तू. आज दरबारात मोठी मजा येणार.
मैना	:	आजून थोडी प्राक्टिस पायजे. म्हंजे बघा मग गंमत.
शेटजी	:	हे बघ सोकाजी –
सोकाजी	:	आजून थोडी प्राक्टिस पाहिजे. असंच ना?
शेटजी	:	आं? हां हां, घ्या प्राक्टिस. पण एक गोष्ट –
सोकाजी	:	पण हाये ही तैयारी कशी वाटली?
शेटजी	:	तैय्यारी चांगली हाय. पण –
सोकाजी	:	बगणाराचं तोंड एकदम बंद हुईल का न्हाई?
शेटजी	:	हुईल हुईल. हे बघ सोकाजी, मैनाबाय –
सोकाजी	:	शेटजी, दरबारात नंबर लवकर लावून ठिवा. हां. न्हाईतर मागं बसावं लागंल.
मैना	:	आज एकापेक्षा एक डान्सर येणार हैत.
शेटजी	:	(पाघळून) आसं? शाला, आपल्याला काही पत्ता न्हाई.
सोकाजी	:	मग सांगतो काय? लवकर गेलात तर जमंल.
शेटजी	:	मग जाते आमी, पण शाला, हेलपाटे घालायचे किती? काय मैनाबाय –
सोकाजी	:	कशाला हेलपाटे घातलेत बरं... दरबारचा पास घरी पाठवून दिला असता.
शेटजी	:	पासचं न्हाई काम. आपल्या दुकानचं.
		(मैना पुन्हा नाचू लागते. सोकाजी पुन्हा तिला साथ करतो. दोघेही पुन्हा त्यात तल्लीन झाल्याचे दाखवतात. सोकाजी मधून मधून प्राक्टिस असे शेटजीला सांगतो. शेवटी शेटजी कंटाळून निघून जातो. तो गेल्याबरोबर नाच थांबतो. गाणे थांबते.
मैना	:	(खरोखरच थकल्यामुळे) हुशऽहुश... दमले ग बया.

सोकाजी : तू दमलीस अन् मी काय उड्या मारत हुतो टणाटण?

मैना : आता गेला ना, संध्याकाळच्याला पुन्हा येतोय का न्हाई बगा. तुमी न्हाई आसं बगून मुद्दाम यील.

सोकाजी : मग आता काय करावं म्हणतीस? यील तर येऊ दे.

मैना : आता एक घालवलंत त्याला. पुढच्या येळंला काय करणार?

सोकाजी : पुढचं पुढं.

मैना : आसं म्हणून म्हणून तर हे देणंपाणी झालंय.

सोकाजी : तू तरी केलंस काय? वाट्टल तसा पैसा उडविलास. महाराजांचा मी लाडका हुजऱ्या. तू राणीसाहेबांची दाशी –

मैना : लाडकी दाशी.

सोकाजी : बरं, लाडकी दाशी. दोघांनी आपलं लग्न लावून दिलं. ही जागा दिली पेशल राजवाड्यातली. पैसा दिला. कापडचोपड दिलं. धान्यधुन्य दिलं, दोन वर्षांत पार खल्लास....

मैना : तेच म्हणते मी. इक्तं सगळं गडप हून पुन्हा वर कर्जपाणी झालं कसं? इक्ते कसे उधळोजीराव तुमी?

सोकाजी : एका हातानं टाळी वाजत न्हाई. दणादण पैशे उडवलेस तू.

मैना : प्रत्येकाची बाकी ठिवलीत कशी म्हणते मी. हाटेलवाला, किराणा दुकानदार, धोबी... न्हाव्याचीसुदिक बाकी ठेवायची म्हंजे कमाल हाये तुमची.

सोकाजी : येऊन गेलं वाटतं?

मैना : रोज येतेत. जीव खाल्ला माझा त्यांनी.

सोकाजी : काय हालकट आहेत साले....

मैना : भेटतीलच एकेक. सांगा त्यांना तोंडावर तसं.

(बाहेर गलका ऐकू येतो. अनेकांच्या बोलण्याचा आवाज. नंतर हाका – मैनाबाय... सोकाजी... इ.इ.)

सोकाजी : (चाहूल घेऊन) कोण आहे? एकदम बरीच मंडळी आलेली दिसत्यात.

मैना : बगा आता तुमीच. मी चालले राजवाड्यात. लई टाईम झाला. राणीसाहेब वरडतील.

सोकाजी : थांब, थांब. अशी मला एकट्याला सोडून जाऊ नगस.

मैना : आता किती वेळ थांबू? हे बगा, आलेच –

(मैना आत जाते. तीनचार माणसे प्रवेश करतात. त्यात

काका हॉटेलवाला, राम परीट आणि किसन न्हावी ही मंडळी आहेत. हॉटेलवाले काकांच्या खांद्यावर तांबडे फडके आहे. रामू धोबी कपड्याचे गाठोडे घेऊनच आला आहे. तर किसन न्हाव्याच्या काखोटीला धोपटी आहे. आल्याबरोबर प्रत्येकजण सोकाजीला राम-राम करतो. सोकाजीही सगळ्यांना हसतहसत रामराम ठोकतो.)

सोकाजी : काय योग आहे... आज सगळी मंडळी एकदम भेटली वा वा... फार आनंद झाला.

काका : आमाला पण फार आनंद झाला. दीड महिन्यात आपलं तोंड दिसलं नाही. आज भेटलात.

रामू धोबी : लई बरं वाटलं जिवाला. भेटलात एकदाचे.

सोकाजी : काय काका. आज हाटेल सोडून सकाळच्या पारी इकडं कुणीकडं?

काका : (उसळून) हाटेल गेलं खड्ड्यात.

सोकाजी : आ? रामूभैया, आज तू पण लाँड्री सोडून –

रामू : लाँड्री पेटली आमची.

किसन न्हावी : अन् सलून जळलं आमचं.

सोकाजी : आं? म्हणजे भूकंप झाला काय गावात? अर्रर्र, हे वाईट झालं. जाऊ द्या, काका, तुमी खुशाल हायेत ना? मग पुष्कळ झालं.

काका : भूकंप? झाला न्हाई, आत्ता दाखवतो करून हितं. त्यासाठीच आलोय.

सोकाजी : ह:... ह:... काकांचा स्वभाव पयल्यापासनं लई ह्यूमरस. बसा काका, बसा. उन्हातनं आलाय.

काका : सावकाश बसा... रामूभैया, ठेवा वझं ते खाली. किती वेळ आसं वाकून उभा ऱ्हाणार? बसा.

रामू : (गुरगुरत) बसायला टाईम न्हाई आपल्याजवळ.

सोकाजी : मग उभा ऱ्हावा.

रामू : आपल्या कामाचं बोला पटपट. सा म्हैन्यात धुलाईचा छदाम दिला न्हाई. काय इचार है?

सोकाजी : पण सा म्हैने तू थांबलास कसा? महिन्याच्या महिन्यालाच घेवून जायचे पैसे... मोकळं व्हायचं....

रामू : खरं आहे... आमचंच चुकलं... चुकीची माफी करा अन्

		बाकी देऊन आम्हाला मोकळं करा. पुन्हा तुझ्या वाटंला जाईन तर आईची शपथ.
सोकाजी	:	अशी किती बाकी है तुजी?
रामू	:	बावीस.
सोकाजी	:	बास?
रामू	:	पैसे न्हवत रुपये.
काका	:	आपली हाटेलची उधारी ऐंशी रुपये.
सोकाजी	:	शंभराच्या आतच आहे ना?
काका	:	आजच्या आज आपल्याला पैसे पायजेत. आपण हलणार नाही हितनं त्याशिवाय. (बैठक मारतो.)
रामू	:	सोकाजी, आपलं पण ठरलं.
सोकाजी	:	काय?
रामू	:	पैसे मिळाल्याशिवाय आपण पण हलत न्हाई हितनं. (बैठक मारतो.)
किसन न्हावी	:	सोकाजीराव आपलं कसं करता? आमच्याकडं ध्यान हाय ना तुमचं?
सोकाजी	:	म्हंजे काय? सगळं कंप्लीट लक्षात आहे. धा कटिंग, पंचवीस दाढ्या. दर येळेला मालीश आन् शांपू....
किसन	:	हिशेब बराबर है. पैशाचं कसं करता?
सोकाजी	:	बाकी किसन, मालीश करून घ्यावं तर तुमच्याकडनं. काय हात आहे... काका, तुमी केलंत का कधी मालीश? एकदम बेस्ट, एकदा नमुना बघाच.
काका	:	(उसळून) काही जरूर न्हाई.
सोकाजी	:	डोस्कं तरा तापलंय. ते थंड होऊ द्या.
काका	:	(चिडून ओरडत) डोस्क माझं थंड आहे.
सोकाजी	:	पैशे वाटल्यास मी भरतो मग तर झालं? किसन, काकांना एकदा हात दाखव. वा, वा.... बायकांचा नसल इतका मऊसूत हाय... रोख पैसे – मग तर झालं? हं – (खिशात हात घालून पैसे काढण्याचा आविर्भाव करतो. किसन काकांच्या जवळ जातो. काका त्याला झिडकारतो.)
काका	:	अरे हॅट्... मोठा मऊ हाताचा माहीत आहे. मालीश म्हणून नुसत्या बुक्क्या मारतो डोक्यावर दणदण. फुकट नको तुझं मालीश अन् पालीश.

सोकाजी	:	काका काका, किसनच्या मालीशला पालीश म्हणता? किसन –
किसन	:	हां, काका, तोंड संभाळून बोल. कुणाला म्हणतोस पालीशवाला?
काका	:	उगीच अंगावर येऊ नकोस. एका धोकटीच्या दोन धोकट्या करून दीन हातात.
किसन	:	ए, हाटेलवाल्या, चाच्या नावावर तांबडं पाणी न्हाई पाजत गिऱ्हाइकाला मी.
सोकाजी	:	काकाचा चहा फेमस हाये हां. किसन, उगीच खोटं काय बोलायचं. भांडण झालं म्हणून मानसानं खरं सोडू ने.
किसन	:	कोण? ह्यो हाटेलवाला खऱ्याचा? कालची शिळी भाजी घालून मिसळ कोंबतो गिऱ्हाइकांच्या नरड्यात.
काका	:	हां हां, ए चंपीवाल्या तोंड संभाळून बोल.
किसन	:	ए, कपबशीवाल्या, थोबाड बंद एकदम.
काका	:	(उठून उभा राहात) का, हिसका दाखवू का कपबशीचा?
किसन	:	दात घासून आलाय का सकाळी? हिसका दाखवतोय. एका रट्ट्यात आडवा करीन.
काका	:	अरे जा, (दोघेही एकमेकांच्या अंगावर धावून जातात. झोंबाझोंबी करतात. सोकाजी आणि रामू धोबी मधे पडून दोघांना बाजूला करतात.)
सोकाजी	:	किसन, तुला चंपीवाला म्हटल्याबद्दल मला फार वाईट वाटतं. मी तुझी माफी मागतो. (काकाजवळ येऊन) काका तुमच्यासारख्या अब्रुदार माणसाला कपबशीवाला म्हणायचं म्हणजे काय... फार वाईट गोष्ट. पण जाऊ द्या. मनावर घेऊ नका ही गोष्ट.
काका	:	मनावर काय घेऊ नका. दात पाडीन तेव्हा समजेल.
किसन	:	तंवर तुझी बत्तीशी राहील का जागंवर?
काका	:	तू भायेर ये आता. उचलून उशीच करतो.
किसन	:	ह्यो वस्तरा बगितलास का माजा. बिनपाण्यानंच करतो. थांब.
सोकाजी	:	(रामूजवळ येऊन हळूच) रामू, तू या दोघांना घेऊन जा बरं भायेर. न्हाईतर कुणाचा तरी मुडदा पडेल हितं. अन् तुला

साक्ष द्यावी लागंल.

रामू	:	(घाबरून) क-काय? माझी कोर्टात साक्ष नको महाराज. ही पीडा लावू नका आमच्या मागं.
सोकाजी	:	मग आता सूट हितंन. तुझा टाईम निष्कारण चाललाय. थोड्या येळानं हे दोघंही एक हुतील अन् तुला 'धोबड्या' म्हणतील त्याचा काय नेम.
रामू	:	आसं? तुमाला नक्की म्हाईत हाये का?
सोकाजी	:	जाऊ द्या. ते तूमी इचारु ने आन् आमी सांगू ने.
रामू	:	मग मी जातो. मरू दे... ह्या भोसडिच्यांना. (जातो.)
सोकाजी	:	(तो गेल्यावर) अरे... अरे, रामू (बाहेर जातो आणि थोड्या वेळानं परत येतो.) छे: छे:... आमच्या ह्या रामूचं डोस्कं म्हंजे तिरकंच आहे. निव्वळ चक्रम आहे मनुष्य.
किसन	:	का-काय म्हणत हुता त्यो?
सोकाजी	:	आता भांडणे झाली तुमची हितं, दात पाडायच्या धमक्या दिल्यात तुम्ही एकमेकांना. अहो, रागातलं बोलणं असतं त्ये. ते काय खरं धरून चालायचं माणसानं –
काका	:	मग काय म्हणत हुता तो?
सोकाजी	:	आहो, पोलिसात वर्दी द्यायला गेलाय. मी त्याला थांब थांब म्हणतोय तंवर गेला. पार नजरंआड झाला.
किसन	:	अरे साल्या, धोबड्या.
काका	:	तरी म्हटलं – हा इतक्या झपाट्यानं गेला का?
सोकाजी	:	ऊ:... तुमी काय घाबरताय... मी महाराजांचा हुजऱ्या हाय. काय काळजी करू नगा. आत्ता आले पोलीस तर मी त्यांना सांगतो.
किसन	:	काय सांगतो?
सोकाजी	:	हेच... जामिनावर सोडून द्या म्हणतो ना. मग पुढचे बगू. तुमाला कमी शिक्षा झाली म्हंजे झालं ना?
काका	:	हे भलतंच लफडं काढलंस तू... आमी आता धंदा करावा का कोर्टात हेलपाटे घालावेत.
किसन	:	सकाळची पाच गिऱ्हाईकं बुडवून आलोय मी हितं.
सोकाजी	:	आता हे त्याला कळायला नको का? अगदी बिनडोक मनुष्य आहे....
काका	:	सोकाजी, मी न्हाई हितं थांबत. तू अन् हा चंपीवाला बघून

घे काय ते. (घाईघाईने जातो.)

किसन : गेला का कपबशीवाला? हालकट लेकाचा... सोकाजी, मी पण जातो. कुणी आलं तर आपलं नाव न्हाई घ्यायचं. (घाईघाईनं जातो.)

सोकाजी : (डोकं गच्च धरून मटकन खाली बसत.) हुश, सुटलो बुवा.

मैना : (प्रवेश करून, त्याचा हात धरून त्याला उठवते) हं, उठा म्हाराज. धन्य हाये तुमची... अहो, एवढं टाळकं दुसऱ्या चांगल्या कामात घालाल तर कल्याण हुईल जन्माचं.

सोकाजी : मग आता काय करू तूच सांग. आभाळच फाटलंय –

मैना : पण आसं किती दिस फसवणार लोकांना? आन् लोक तरी किती दिस फसतील? मरंस्तवर मार खाणार केव्हातरी एकदा. मी नक्की सांगते.

सोकाजी : तुझ्यासारखी बायकू मिळाल्यावर कुबेर का कोण त्यो – त्योसुद्धा भिकारी हुईल. मग माजी काय स्टोरी हाय?

मैना : ते काई न्हाई. कुठूनतरी पैसे आणा आन् देऊन टाका समद्यांचे.

सोकाजी : कुठूनतरी आणा – कुठनं आणू? चोऱ्या करू? का दरोडे घालू?

मैना : तुमी गडे आसं का करत न्हाई?

सोकाजी : कसं?

मैना : मुन्शीपाल्टीच्या इलेक्शनला का उभा ऱ्हात न्हाई? नुस्तं निवडून यायचं आन् प्रेसिडेंट व्हायचं... लई पैका मिळतो म्हणत्यात.

सोकाजी : ह्यः मुन्शीपाल्टीचं पर्सेंटेंज लई कमी. त्यापेक्षा काप्रेटिव्ह बँकेचं चेअरमन झाल्यालं काय वाईट.

मैना : न्हाइतर मिनिस्टर व्हा आपले... म्हंजे मुलाबाळांची काळजी न्हाई.

सोकाजी : मिनिस्टर? त्याला केरिक्टर लागती. ती आपल्याजवळ हाय का?

मैना : केरिक्टर? म्हंजे काय आसतं?

सोकाजी : केरिक्टर म्हाईत न्हाई? कमाल झाली तुझी आता. केरिक्टर म्हंजे कॅरिक्टर... (हाताने अभिनय करून दाखवता.) आलं

का लक्षात? न्हाई? आगं केरिक्टर म्हंजे ह:... ह:... अगदी
सोपं करून सांगतो... ऑक्टरचा बाप....
(एक फाटका माणूस प्रवेश करतो.)

सोकाजी	:	का हो मेहेरबान?
माणूस	:	सोकाजीराव कुटं राहत्यात?
सोकाजी	:	का बरं? काय बिलबिल वसूल करायला आला काय?
माणूस	:	तर हो.
सोकाजी	:	कसलं?
माणूस	:	किराणा मालाचं. त्या पलीकडच्या रस्त्यावर दुकान न्हाई का मालकाचं? लिंबाजीराव रसाळ, किराणाभुसार मालाचे व्यापारी.
सोकाजी	:	म्हंजे ते 'एन्ड सन्स' आहेत ते?
माणूस	:	तेच.
सोकाजी	:	तुम्ही कोण? गुमास्ते वाटतं त्यांचे.
माणूस	:	व्हय हो. नवाच हाय मी. कुठाईत सोकाजीराव?
सोकाजी	:	काय डँबीस माणूस हाय... कुणाकुणाची उधारी करून ठिवलीय कुणाला ठाव.
माणूस	:	म्हंजे, हितं रहात न्हाईत ते?
मैना	:	हितं रहात न्हाईत. त्या पलीकडं तिकडं –
सोकाजी	:	हे बग, आसा सरळ जा. पयल्यांदा डावीकडं मग उजवीकडं. पुन्हा सरळ जायाचं नाकाम्होरं. मग उजवीकडे अन् डावीकडं अशी डावीउजवी करीत जा. बराबर सापडतंय घर.
मैना	:	पत्ता काय दिलाय मालकांनी?
माणूस	:	पत्ता हाच दिला होता हो.
सोकाजी	:	आणखी काय सांगितलं हुतं?
माणूस	:	म्हणाले, दोघंच नवराबायको हायेत. दोघंबी लई साडेशिटलीचे हैत म्हणाले.
सोकाजी	:	तोच तो. आता खूण पटली.
मैना	:	तोच. आत्ता जुळलं.
सोकाजी	:	तरी त्यातल्या त्यात नवरा गरीब है. उमदा मनुष्य. पण बायको लई डांबरट है.
माणूस	:	आसं?
मैना	:	बायको बिचारी डांबरट आसूनआसून किती आसल?

बाईमाणूसच शेवटी. नवरा एक्का आहे एक्का. नंबरी एकदम.

माणूस : आता जुळलं. मालक म्हणतच हुते –

मैना : काय?

माणूस : दोघंबी नंबरी हैत म्हणाले. एक खवीस हाय आन् दुसरी हाडळ हाय

मैना : (संतापाने) चल, चालता हो मेल्या.

माणूस : आता तुम्हाला खवळायला काय झालं? तुम्हाला काय म्हणालो का मी?

सोकाजी : जा बाबा, जा लवकर. नाहीतर जातील निघून ते अन् तू बसशील ठणाणा करीत.

माणूस : कसं कसं, जायचं म्हणता? पहिल्यांदा डावीकडं मग उजवीकडं... (जातो.)

सोकाजी : (दरवाजातून परत येत.) गेली एकदाची पीडा.

मैना : डोस्कं फिरून जायची पाळी आलीय.

सोकाजी : मला तर जीव द्यावा वाटाय लागलाय.

मैना : तुमच्या उधळेपणामुळं ह्यो प्रसंग आलाय.

सोकाजी : तुझ्या करणीनं ही परिस्थिती आलीय.

मैना : तुमी माज्या नावानं वरडा अन् मी तुमच्या नावानं वरडते.

सोकाजी : मग तू माझ्या नावानं रड अन् मी तुझ्या नावानं रडतो.

मैना : रडायला काय कुणी मेलंय का काय हितं?

सोकाजी : रडू यायला कुणी मरायलाच पायजे असं न्हाई.

मैना : मग?

सोकाजी : एकेकाला सवय असती गळा काढायची... देशाची सध्याची परिस्थिती पाहून मला फार चिंता वाटते, असं म्हणून फुडारी न्हाई का रडत उठल्यासुटल्या. गरिबांच्या हालअपेष्टा बगून भाई लोक भर सभेत 'ओ' लावून रडत्यात.

मैना : 'ओ' लावून रडत्यात? म्हंजे काय?

सोकाजी : म्हंजे ओरडत्यात. गवई लोक 'सा'... लावून रडत्यात आन् भाई लोक 'ओ 'लावून रडत्यात.

मैना : मग तुमी आता काय लावून म्हन्ता?

सोकाजी : मी खरंच रडावं म्हणतो.

मैना : त्यानं काय हे कर्ज फिटनार हाय?

सोकाजी : (हताश सुरात) मग आता काय करू तूच सांग. विष खाऊन मरावं म्हटलं तरी पैसा न्हाई. कुठून फेडायचा ह्या देण्यापाण्याचा डोंगर?

मैना : अन् ईष तरी कुठं 'पुअर' मिळतंय सध्याच्याला.

सोकाजी : 'पुअर' नव्हं गं 'फ्युअर'.

मैना : समदी भेसळ मेली. परवा न्हाई का पेपरमदी आलं हुतं – ईष खाल्लं पर मेलाच न्हाई मुडदा. वर खटला झाला पुन्हा....

सोकाजी : तो मरू दे गं.

मैना : मेला न्हाई म्हनून सांगते तर.

सोकाजी : जीवच द्यायला पायजे. दुसरा काही रस्ता दिसत न्हाई मला.

मैना : कसं मरावं म्हन्ता?

सोकाजी : असं करू. हितलं चंबूगबाळं आवरायचं अन् प्रवासाला निघायचं. आगगाडीतनं. बास –

मैना : म्हंजे?

सोकाजी : आगं, कुठंतरी अक्शिडेंट हुईलच की गाडीला. तशी काय गैरसोय न्हाई सध्याच्याला. इंजिनजवळच्या डब्यात जागा धरली म्हंजे झालं.

मैना : आपण मेलो तर काय हुईल हो?

सोकाजी : काय व्हायचंय? लोकांना चार दिस वाईट वाटंल. आपले हे देणेकरी ढसाढसा रडतील पैसे बुडाले म्हणून. न्हाई म्हणायला महाराजांना फार वाईट वाटेल मी मेल्यावर.

मैना : आन् मी मेले तर राणीसरकारांनाबी लई चटका लागंल. तुमी जिवंत ऱ्हायलात, तर राणीसरकार पैशे देत्याल. हजार रुपये, धान्यधुन्य, कापड-चोपड, समदे तेरा दिस करतील.

सोकाजी : अन् तू जिवंत ऱ्हाईलीस तर महाराज माझ्या नावानं हज्जार रुपये देत्याल. कापडचोपड समदं. आपल्या सर्व्हिसमधलं कुणीबी मेलं तरी महाराज पैशे देत्याल. रिवाजच हाये हितला. धान्यधुन्य कापाड (एकदम सोकाजीचे डोळे चमकतात.) बास्, बास्, बास्, बास्... आली आली?

मैना : (घाबरून) आता कोन आली?

सोकाजी : आयडिया आली.

मैना : (इकडं-तिकडं बघत) कुठाय? कुठं आलीय?

सोकाजी : येडीच हायेस... आगं आयडिया कुठं येत असती? (डोक्याला हात लावून) हितं आली. अगदी नामांकित ट्रिक सुचली. आता आपलं कर्ज फिटलं म्हणून समज.

मैना : कर्ज फिटलं?

सोकाजी : हां....

मैना : ते कसं काय?

सोकाजी : आगं, युक्तीच तशी नामांकित हाये.

मैना : तुमची युक्ती म्हटली की, माज्या अंगावर काटाच येतोय. लई तिरपागडं डोकं हाये तुमचं.

सोकाजी : ऐक तर मज्जा नुसती.

मैना : कसली?

सोकाजी : कुणीतरी मेलं पायजे आपल्यापैकी.

मैना : (ओरडून) काय?

सोकाजी : (सावकाशपणे एकेक शब्द उच्चारीत) कुणी-तरी-मेलं पायजे –

मैना : (उपरोधानं) वा... ही ट्रिक व्हय तुमची.

सोकाजी : आगं, पर्मनंट मरायचं न्हाई... आपलं टेंपरवारी मरायचं!

मैना : टेंपरवारी मरायचं?

सोकाजी : हां, घटकाभर मरायचं. लई न्हाई. घंटा दोन घंटे मरायचं. (मैना बाहेर जाऊ लागते) आं? कुटं निघालीस?

मैना : येड्याच्या इस्पितळातल्या डाक्टरला घेऊन येते.

सोकाजी : ते कशाला?

मैना : तुमचं डोस्कं तपासायला.

सोकाजी : मला काय येड लागलंय वाटतं तुला?

मैना : न्हाई तर काय? घंटा दोन घंटे मरायचं – टेंपरवारी मरायचं म्हनून सांगता. हे काय शाण्या माणसाचं लक्षण हाये का?

सोकाजी : आपली भरमिट टाळक्याचीच हायेस तू. ऐकूनबी घेईनास पुरतं. टेंपरवारी मरायचं म्हंजे खरं मरायचं न्हवं. खोटं मरायचं.

मैना : म्हंजे काय हुईल?

सोकाजी : आत्ताच आपण काय बोललो? आपल्या सर्व्हिसमधलं

		कुणीबी मेलं तर महाराज पैसे देत्यात. कापाडचोपाड देत्यात, धान्यधुन्य देतात. तीच आपली ट्रिक. आता आपण आसं करायचं....
मैना	:	कसं?
सोकाजी	:	मी पयल्यांदा मरतो. मेलो की तू जा रडतवरडत म्हाराजाकडं आसंआसं मी मेलोय म्हणून सांग. मग म्हाराज थैली देतील प्रधानजी कडनं. कापडबिपड, गव्हाचं पोतं... हां? ते घेऊन ये परत.
मैना	:	अन् फुडं?
सोकाजी	:	फुडं काय? मग तू मर. अशी फसक्लास मरशील की यँव... नुसतं बघत ऱ्हायलं पायजे लोकांनी. म्हटलं पायजे – हां... अँ हँ... काय पण बाई मेली 'ब्युटिफूल'. मरावं तर आसं मरावं माणसानं.
मैना	:	मग तुम्ही काय करनार?
सोकाजी	:	मी राणीसाहेबांकडं जातो. ठणाणा करतो. सांगतो अशीअशी मेलीस तू. मग राणीसाहेबबी पैशे देत्याल. कापाडचोपाड देत्याल. ते घिऊन माघारी यायचं. हाय कबूल?
मैना	:	राणीसाहेबांच्या महालात जास्त टाइमपास न्हाई ना करणार तुमी?
सोकाजी	:	का बरं?
मैना	:	तिथं माझ्यासारख्या लई दाशी हैत म्हनून म्हनते मी.
सोकाजी	:	ह्हौ ह्हौ... पण नुस्तं बगायला काय हारकत न्हाई ना? का डोळे झाकून उभा राहू?
मैना	:	उगीच चेष्टा करू नका हां.
सोकाजी	:	ऱ्हायलं. आगं, त्या टायमाला मी इतका रडत आसनार की माझं लक्षच जायाचं न्हाई आसल्या क्षुद्र गोष्टीकडं.
मैना	:	ते नका मला सांगू. सारखं तर बगत आसताय हिकडं-तिकडं.
सोकाजी	:	बरं, ताबडतोब माघारी यीन. मग तर झालं?
मैना	:	मग काय माझं आब्जेक्शन न्हाई.
सोकाजी	:	ठरलं तर मग. पयल्यांदा कुणी मरायचं?
मैना	:	तुमीच पयल्यांदा मरून दाखवा. म्हंजे मला प्राक्टिस हुईल. (मैना घोंगडं टाकू लागते.) – हं घ्या.

सोकाजी : घोंगडं? ते कशाला?

मैना : घोंगड्यावर मरावं असं शास्त्र हाये.

सोकाजी : अरे हॅट... ते परमनंट मेलं म्हंजे मग. आपल्याला टेंपरवारी मरायचं. घोंगडं लई टोचतं आपल्याला.

मैना : अहो, पण लोकांच्या नजरेला बरं दिसंल.

सोकाजी : असं म्हणतीस... बरं, आपल्याला काय... घोंगड्यावर तर घोंगड्यावर (घोंगड्यावर बसतो.) हं, समज आता मी मेलो. मग तू काय करशील?

मैना : मी रडत रडत जाते ना महाराजांकडं.

सोकाजी : रडायला येईल ना तुला?

मैना : का बरं?

सोकाजी : न्हाई म्हनजे रडताना कधी बघितलीच न्हाई तुला. म्हणून इचारलं.

मैना : रडनं हे तर स्पेशल हत्यार है आमच्या बायकांच्या जातीचं.

सोकाजी : म्हंजे 'ऑप्शनल सब्जेक्ट? '...मग हरकत न्हाई. पण रडनं कसं मुसळधार पायजे... हां... मुळुमुळु रडनं न्हाई चालायचं. कसं ओस्काबोस्की रडनं पायजे.

मैना : ओस्काबोस्की नव्हं वो, ओक्शाबोक्शी.

सोकाजी : ओस्काबोस्की... रशियन शब्द है. तुला काय रशियातलं कळतंय का? मग गप बस बरं उगीच. ओस्काबोस्की नावाचा तिकडं एक फुडारी हुता. कामगारावर, शेतकऱ्यावर अन्याय झाला की तो रडायचा. भर सभेत तो गळा काढून रडायचा. त्यावरनं आपल्याकडं शब्द आलाय 'ओस्काबोस्की' रडने. समदे लोक सभेत वरडत्यात ना मोठ्यांदा. त्यालाच म्हणत्यात ओस्काबोस्की रडने.

मैना : मग मी कसं रडू?

सोकाजी : ओस्काबोस्की... ऐकल्यावर कुणाचीहीबी खात्री पटली पायजे की हिचा नवरा मेलाय म्हणून. दुसरं कुणी न्हाई, आई न्हाई, बा न्हाई, भाऊ न्हाई. नवराच मेलाय असं वाटलं पायजे.

मैना : आपल्याला न्हाई येत तसलं.

सोकाजी : येत न्हाई तर प्राक्टिस कर... प्राक्टिसनं येतं माणसाला सगळं. काम कामाचा गुरू. म्हनच हाय.

मैना	:	आता प्राक्टिस करायची म्हंजे दोन-चार नवरे मरायला पायजे.
सोकाजी	:	बोलली-बोलली माझी गुणाची बाई.
मैना	:	मग प्राक्टिस कशी हुईल?
सोकाजी	:	चट हुतीय... हाणू एक लाथ पेकाटात. म्हंजे कसा चामड्याचा हा रिडिओ बोलाय लागतो पटापट....
मैना	:	खरंच गडे. आत्ताच्या आत्ता एक रेडिओ आणा घरात.
सोकाजी	:	तो कशाला?
मैना	:	एक श्रुतिका लावून ठिवली म्हंजे झालं. लई रडारड आसतीय. प्राक्टिसला काई कमी न्हाई.
सोकाजी	:	ते बघू मागनं. सध्या जितकं ढसाढसा रडता यील तेवढं रड म्हंजे झालं.
मैना	:	ट्राय करून बघते.
सोकाजी	:	चल आटप मग... हां बघ, मी पडतो आता घोंगड्यावर. डोळे मिटले बग. पडलो हा मुडद्यासारखा. (सोकाजी घोंगड्यावर प्रेतासारखा निश्चेष्ट पडून राहतो. मैना जवळ जाऊन निरखून पाहते.)
मैना	:	हुबेहूब मेल्यासारखे दिसताय की हो... लई भेसूर दाखवतोय चेहरा तुमचा.
सोकाजी	:	(पडल्यापडल्या) गप बैस. उगीच बडबड करू नकोस.
मैना	:	पाणीबिणी आधीच पिऊन घ्या. तास दोन तास पडायचं म्हणून म्हणते.
सोकाजी	:	(उठून बसत.) आयला काय बायकू हाय. आगं सगळं कंप्लीट हाय.
मैना	:	पुन्हा तहान लागली म्हणून बोंबलू नगा.
सोकाजी	:	(त्रासून) हां. जा, जा आता लवकर.
मैना	:	निघालेच.
सोकाजी	:	आटप लवकर (पुन्हा प्रेतासारखा पडतो.)
मैना	:	(दारापर्यंत जाऊन घाईघाईने परतत) अहो, अहो –
सोकाजी	:	(ताडकन उठून) आता काय आणखीन?
मैना	:	मी साडी बदलून जाऊ का?
सोकाजी	:	काय हळदीकुंकू हाय का तिथं?
मैना	:	रडायचं हाय मला. तुमाला नव्हं. त्याला मेचिंग साडी नको

का?

सोकाजी : तू काय म्हैला मंडळात निघालीस काय मेचिंग साडी नेसायला? तू रडतीस. नवरा मेलेला हाय तुझा. अन् मेचिंग साडी काय काढतीस. छ्यः... निव्वळ आगाऊ बाई हाय.

मैना : मग जाऊ मी अशीच?

सोकाजी : हां... हाये तीच साडी ऱ्हाऊ दे अंगावर. जा पळ.
(सोकाजी पुन्हा प्रेतासारखा निश्चेष्ट पडून राहतो. मैना घाईघाईने जाते. पुन्हा गडबडीने परत येते.)

मैना : (घाईघाईने) अहो, अहो –

सोकाजी : (ताडकन् उठून) आता काय ऱ्हायलंय?

मैना : माजी पर्स बगीतली का तुमी?

सोकाजी : आता पर्स कशाला पायजे ह्या येळेला?

मैना : ती हातात असल्याबिगर बोलायलाच येत न्हाई आम्हाला. हाताला चाळा लागतो कायतरी.

सोकाजी : लई चाळे करायला शिकलीस गं.

मैना : आसं काय करता? हुडका ना माझ्याबरोबर
(दोघेही पर्स हुडकतात. इकडेतिकडे धावाधाव. शेवटी सोकाजी तिला पर्स शोधून देतो. हं, चल निघ – म्हणून तो पुन्हा पहिल्यासारखा पडून राहतो. मैना घाईघाईने बाहेर पडते. क्षणभर शांतता. मग मान खाली घालून परत येते. हळूहळू मुद्रेवर भीती....)

मैना : (सोकाजीजवळ जाऊन हळूच) अहो, अहो –

सोकाजी : (ताडकन उठून संतापाने) काय बाई हायेस का भिताड? एवढ्यात चारदा मेलो मी आन् चारदा उठलो. आजून तू जातीसच –

मैना : (दिलगिरीच्या सुरात) अहो – एक ऱ्हायलंय.

सोकाजी : काय ऱ्हायलं?

मैना : कशानं मेला तुम्ही म्हणून कुणी इचारलं तर काय सांगू?

सोकाजी : जा, काय वाटंल ते सांग. जीव जाऊन मेला म्हणावं.

मैना : पण जीव कशानं गेला म्हणाल तर?

सोकाजी : लई दिवस हार्टफेलनं आजारी हुता म्हणावं.

मैना : म्हंजे काय?

सोकाजी : ते तुला काय करायचंय? फाजील बायकू... लोकांना म्हाईत हाये. हार्टफेल म्हंजे मोठ्या माणसाचं दुखणं असतं. जास्त चौकशा कुणी करणार नाही.

मैना : मग जाऊ म्हणता मी?

सोकाजी : इचारतीस काय? सूट.

मैना : (पदराने डोळे पुशीत) पुन्हा आपली गाठ पडंल न्हवं?

सोकाजी : अगं, मी काय पर्मनंट मेलोय का?

मैना : मला लई हुरहुर लागून ऱ्हायलीय.

सोकाजी : का तू परत येणार न्हाईस?

मैना : पुन्हा उठा बरं का तुम्ही.

सोकाजी : तू आल्याबरोबर.

मैना : मग जाऊ मी?

सोकाजी : आता काय पंचांग बघतीस काय?

मैना : म्हाराजांना खरं वाटंल न्हवं? का भानगड हुईल काही?

सोकाजी : काही भानगड होत नाही.

मैना : त्यो परधानजी लई डोमकावळा आहे. मला त्याची लई भ्या वाटती. कायबाय इचारायला लागला म्हंजे मी जाईन घाबरून.

सोकाजी : मी हाये ना. तू का काळजी करतीस?

मैना : मग जाऊ मी?

सोकाजी : (संतापाने उठून उभा राहतो. तिच्या अंगावर धावत) काय चिकट जात है. तिच्या मारी... आता जाती मुकाट्या का –

(मैना घाबरून पळतपळत जाते. सोकाजी तिच्या पाठोपाठ धावून जात असतानाच –)

पडदा

(महाराजांचा महाल. महाराज घाईघाईने प्रवेश करतात व इकडे-तिकडे येरझाऱ्या घालतात. त्यांच्या मागोमाग हातात फाईल घेऊन प्रधानजी पण मागे मागे हिंडत राहतात.)

महाराज : शिकारीची आरिंजमेंट –

प्रधानजी : समदी झाली.

महाराज : कंप्लीट?

प्रधानजी : एकदम कंप्लीट?

महाराज : कायकाय झालं?

प्रधानजी : आरण्याला आपल्या सैन्याने वेढा दिलेला हाये.

महाराज : झकास....

प्रधानजी : तंबू ठोकून मुक्कामाची वेवस्था झालेली हाये.

महाराज : सुंदर....

प्रधानजी : हाकारे लोक गोळा करून वाघ हुडकीत बोंबलत हिंडाय लागलेले हायेत.

महाराज : उत्कृष्ट....

प्रधानजी : आता व्हाग तेवढा मारायचा राह्यलेला हाये. तयारी झाली की निघायचं.

महाराज : फारच उष्कृष्ट... फोटुग्रापरला धरून आणलंत?

प्रधानजी : व्हय सरकार.

महाराज : व्हाग मारल्याबरोबर – (करून दाखवतो) आमी आस्से व्हागाच्या छाताडावर पाय ठेवून हुभा ऱ्हाऊ, मग त्यानं फोटो काडायचा, काय?

प्रधानजी : फोटोसुदिक काढून तैयार हाय महाराज.

महाराज : काय?

प्रधानजी : (जीभ चावून) न्हाई-म्हंजे-कॅमिरा लावून त्यावर बुरखा टाकून त्यात तोंड खुपसून फोटोग्राफर रेडी-मधी हाये वन..टू..थ्री. एवढंच ऱ्हायलंय महाराज.

महाराज : हां, मग हरकत नाही... बरं, आपलं पब्लिसिटी हाफिसर कुठं मेलं? त्याला म्हणावं, समद्या फेफरात पयल्या पानावर फोटु आला पायजे.

प्रधानजी : त्यो म्हणाला –

महाराज : काय?

प्रधानजी : म्हणाला, ब्लाकबिक, बातमी समदी तैयार हाये... तुमी नुसतं कळवा म्हणाला की, महाराज जंगलात मेले – (जीभ चावून) – आपलं गेले की, लगेच दुसऱ्या दिवशीच्या अंकात बातमी अन् फोटो.

महाराज : मग हरकत नाई, पण आम्ही व्हाग कसा मारला त्यो रिपोर्ट डीटेलवार यायला पायजेल आहे.

प्रधानजी : डीटेलवार यील.

महाराज : न्हाईतर असं करा. प्रेस कान्फरन्सच्या अधिवेशनाची बैठक बोलवा.

प्रधानजी : सांगून ठिवतो.

महाराज : पण काय हो प्रधानजी, ही बैठक आधी घ्यावी का मागनं?

प्रधानजी : मला वाटतं, सरकार – आधीच घिऊन टाकावी. व्हाग मागनं मारावा.

महाराज : म्हंजे काय हुईल?

प्रधानजी : व्हाग मारल्यावर तुमी दमून जाणार. त्यातून पुन्हा हात तुटला, पाय तुटला, डोस्कंच उडालं –

महाराज : आं?

प्रधानजी : तुमचं न्हवं सरकार. व्हागाचं डोस्कं म्हणतोय मी.

महाराज : मग हरकत न्हाई. बरं, प्रेस कान्फरन्समधी काय काय सांगणार?

प्रधानजी : त्याचा रफ मसुदा तयार आहे. वाचून दाखवू?

महाराज : वाचा – पण जरा सुद्ध वाचा. आमाला सुद्धलेखणाची भयंकर आवड आहे.

प्रधानजी : आज्ञा सरकार, (फाइलीतील कागद वाचतो.)

'काल दि. ३० फेब्रुवारी रोजी महाराज हिंमतभाद्दर चंद्रसेण यानी, आठ वाजून चाळीस मिंटानी, आपल्या णेहमीच्या जंगलात एक जिवंत व्हाग मशीनगनने ठार मारला. मेलेल्या म्हाराजांची लांबी – "

महाराज : माझी लांबी?

प्रधानजी : (जीभ चावून) न्हाई "मेलेल्या व्हागाची लांबी आठरा फूट सतरा इंच असून –

महाराज : छट... ही फार झाली लांबी. थोडी कमी करा.

प्रधानजी : मिशीपासून शेपटीपर्यंत धरलीय लांबी.

महाराज : माझ्या मिशीपासून?

प्रधानजी : तुमच्या न्हवं सरकार. व्हागाच्या मिशीपासून – व्हागाच्या शिपटापत्तुर लांबी.

महाराज : तरी काय झालं... लांबी थोडी कमी करा.

प्रधानजी : बरं...पंधरा फूट आकरा इंच आसून त्याचे वजन एकूण दोनशे पौंड भरलं – सरकार आपलं वजन किती?

महाराज : त्याचा इथं काय संबंध?

प्रधानजी : नाही, सहज इचारलं...हां, "हा व्हाग मारल्याबद्दल म्हाराजांच्या धैर्याची प्रशंसा होत असून गावकरी लोक व अरण्यातील प्राणी म्हाराजांना धन्यवाद देत आहेत."

महाराज : बेस्ट... झकास... आता आमची निघायची तयारी करा – (आतून एकदम ओरडा. 'महाराज, महाराज'... म्हणून हाका ऐकू येतात.) अरेच्या... कोण बोंबलतंय तिकडं? (मैना प्रवेश करते.)

मैना : (ओक्साबोक्शी रडत) महाराज, घात झाला हो,... असा कसा दैवानं दावा साधला... असा कसा मरीआईचा कोप झाला....

प्रधानजी : (रागाने) ए, का वरडायला लागलीस उगीच? महाराज

समोर उभे आहेत. दिसत नाही तुला? गळा काढायला काय झालं? कुणाला वाटंल नवराच मेलाय हिचा?

महाराज : प्रधानजी, तुम्ही एकदम शटप् व्हा बरं.

प्रधानजी : आज्ञा महाराज.

महाराज : ही राणीसायेबांची लाडकी दाशी मैना दिसती. तिला बोलू द्या. का गं मैनाच ना तू? आमच्या सोकाजीची बायकू?

मैना : तीच मी महाराज.

महाराज : काय झालं तुला रडायला? राणीसाहेबांनी बडिवलं का?

मैना : न्हाई सरकार.

महाराज : मग सोकाजी तुला काही बोलला का?

प्रधानजी : त्यानंच मारलं ठोकलं आसंल... हा सोकाजी म्हंजे काय... नंबरी माणूस. मी वळखतो त्याला.

महाराज : प्रधानजी!

प्रधानजी : ऱ्हायलं महाराज.

मैना : (रडतरडत) सरकार, माझं धनी –

महाराज : हां, काय झालं?

मैना : (हुंदके देत देत) ते – त्येस्नी – त्यानला – त्यांच्यावर – त्यांच्यात –

महाराज : हां... हां, काय झालं काय?

मैना : त्यानला देवाचं बोलावणं आलं – (एकदम रडू लागते.)

महाराज : म्हणजे? सोकाजी मेला?

मैना : व्हय महाराज.

महाराज : काय सांगतेस काय तू? आमचा सोकाजी मेला?

प्रधानजी : तुमचाआमचा लाडका, सर्वांचा प्यारा सोकाजी गेला?... काय सांगतेस काय तू –

मैना : (रडतरडत) महाराज... असं कसं झालं हो? आता मी काय करू हो?

महाराज : सोकाजी... छे: छे:... आमचा इश्वासच बसत न्हाई ह्या गोष्टीवर. कालपर्यंत आमच्याबरोबर टूरमधी होता. काहीतरी इसरला म्हणून कालच मी त्याच्या मुस्काडीत दिली –

मैना : इश्वास बसूने आशीच आकरित गोष्ट हाय. पण खरी आहे.

महाराज : तब्बेत तर चांगली ठणठणीत हुती त्याची कालपत्तूर.

मी लाडाची मैना तुमची । २९

प्रधानजी : तर... चांगला गरगरीत हुता.

महाराज : कसली तक्रार नव्हती.

प्रधानजी : धडधाकट. तगडा, नौजवान मनुष्य.

महाराज : सदा हसतमुख.

प्रधानजी : खो, खो करून कायम हसायचा.

महाराज : (रागाने) प्रधानजी –

प्रधानजी : ऱ्हायलं महाराज.

महाराज : मैना, तू सांगतीस ही गोष्ट खरी ना? म्हंजे आगदी 'ट्रू फॅक्ट' हाय ना?

मैना : व्हय महाराज.

महाराज : कशानं मेला? काय कारन झालं?

मैना : काही कारन न्हाई म्हाराज... एकाएकी जीव जाऊन मेले.

प्रधानजी : अरेरे... हे फार वाईट. पण जीव कशानं गेला?

मैना : काल रात्रीपासनं हार्टफेलचा झटका आला... सकाळी खतम् झाले.

महाराज : आम्हाला काही सुचेनासं झालं आहे. डोळ्यांसमोर आंधार झाला आमच्या एकदम. प्रधानजी –

प्रधानजी : जी हुजूर –

महाराज : ही वार्ता ऐकून आम्हाला एकदम शाक बसलेला आहे. शिकारीचा प्लॅन कॅन्शल करा.

प्रधानजी : बराय म्हाराज.

महाराज : रिवाजाप्रमाणं सगळं करा. हिला आत्ताच्या आत्ता एक हजाराची थैली द्या. मागनं धान्य वगैरे पाठवून द्या.

प्रधानजी : गहू एक पोतं – तांदूळ एक पोतं.

महाराज : रेशनच्या दुकानातलं देऊ नका. आमची व्ही.आय.पी.ची वेगळी पोती हायेत. त्यातलं द्या.

प्रधानजी : म्हंजे आंबेम्होर तांदूळ आन बंछी गहू?

महाराज : तेरा दिवस व्यवस्थेशीर हून जाऊ द्यात.

प्रधानजी : व्हय महाराज. चला मैनाबाई – घ्या कारभाऱ्याकडनं समदं.

मैना : (रडत) जाते मी महाराज. ही थैली, कापड, धान्यधुन्य- समदं घेते मी. पण सोकाजीराव गेले ते गेलेच... (रडत रडत जाते.)

महाराज : प्रधानजी, एक दुखवट्याचा संदेश तयार करा अन् मैनाबाईच्या

घरी पाठवून द्या.

प्रधानजी : संदेश तयारच हाये हुजूर. आपला छापील फार्मच हाये. नुसतं नाव घालायचं अन् पाठवून द्यायचा.

महाराज : कोणता? वाचा बरं... सुद्ध वाचा.

प्रधानजी : (फाईलीतील एक कागद पाहात)

"महाराजांचे लाडके हुजरे श्री. सोकाजीराव लांबकाने यांचे आज एकाएकी निधन झाले. हे वृत्त फारच धक्का मारणारे आहे. ते फार मोठे कार्यकर्ते होते. त्याच्या निधणाने निर्माण झालेली पोफळी –"

महाराज : पोफळी नसंल, पोकळी आसंल.

प्रधानजी : आ? बरोबर पोकळीच. जरा बघण्यात चूक झाली. हां तर... "त्यांच्या निधनाने निर्माण झालेली पोकळी भरून निघने फार कठीन आहे. राष्ट्राला ज्या वेळी त्यांची अत्यंत जरुरी होती, त्याच वेळी ते आपल्यातून निघूण गेले. त्यांच्या निधणाने देशातील एका ऐतिहासिक कालखंडाची समाप्ती झाल्याली आहे..." आणखी काय पायजे महाराज?

महाराज : अं, शेवटी असं लिहा – त्यांच्या स्मृतीस आमचे कोटीकोटी प्रणाम. म्हणजे बास....

प्रधानजी : लिहिलं महाराज.

महाराज : मैनाबाईकडं ह्याची एक कापी पाठवा अन् बाकीच्या पेपरकडं पाठवून द्या निरनिराळ्या.

प्रधानजी : जी सरकार. एक रफ कापी मैनाबाईकडं पाठवतो. चांगल्या काप्या पेपरकडं पाठवून देतो.

महाराज : उद्या राजवाड्यात एक सर्वपक्षीय सभा ठिवा दुखवट्याची.

प्रधानजी : सगळ्या फुडाऱ्यांना बोलावणं धाडू?

महाराज : सगळ्यांना बोलवा. म्हणावं, बऱ्याच दिसांनी तुमाला बोलण्याचा चान्स आलेला आहे. बोलून टाका म्हणावं. एवढंच सांगा – मृत आत्म्यास शांती मिळू देण्याबाबत एकमत हूं द्या.

प्रधानजी : शनवारवाड्यावरचा झेंडा निम्मा खाली उतरून ठिवायचा का?

महाराज : झेंडा खाली उतरून ठेवायला काय आमी मेलोय का?

प्रधानजी : त्या वेळी तर ह्याच्यापेक्षा जास्त करावं लागंल... एवड्यानं

		काय हुतंय?
महाराज	:	झेंड्यावरनं आठवण झाली म्हणून सांगतो. झेंडा बहुतेक उलटा लागला आसंल. तो सरळ करून ठिवा.
प्रधानजी	:	बरं, हरताळ फासायचा का दुकानाला?
महाराज	:	हरताळ फासायचा? प्रधानजी, हरताळ फासायचा न्हवं, हरताळ पाडायचा. असं बोलून तुम्ही आमच्या तोंडाला मात्र काळं फासाल एक दिवस.
प्रधानजी	:	चूक झाली महाराज. बरं, हरताळ पाडायचा का?
महाराज	:	आज सोमवारच है... दुकानं बहुतेक बंदच असत्याल. दुकानदारांना म्हणावं नुसती पाटी लावा भायेर... अमक्यातमक्याच्या निधणानिमित्त दुकान आज बंद राहील.
प्रधानजी	:	हुकमाप्रमाणे करतो.
महाराज	:	शाळा-कॉलेजात ही बातमी इतक्यात सांगू नका. न्हाईतर पोरं आधीच भायेर पडतील अन् त्यांचा धिंगाना हुईल सुरू.
प्रधानजी	:	शिनमाथेटरं उघडी ठिवता ना.
महाराज	:	आम्हाला फार दु:ख झाल्यालं हाये. पोटही बराबर न्हाई. म्हणून आमी काई येऊ शकणार नाही. पण स्मशानयात्रा मोठी निघू द्या.
प्रधानजी	:	समदीकडं झाहीर करतो ना – स्मशानयात्रेत सामील हुणाऱ्या समद्यांची नावं पेपरमधी उद्या येतील म्हणून. म्हणजे तोबा गर्दी हुतेय....
महाराज	:	छान... मग तुमी जा. आमी थोडी विश्रांती घेऊन राणीसायेबांच्या महालाकडं जातो.
प्रधानजी	:	जशी आज्ञा.

(दोघेही दोन दिशांना जातात.)

(राणीसाहेबांचा महाल. राणीसाहेब तोंडाला पावडर लावीत लावीत घाईघाईने प्रवेश करतात. त्यांची दासी कोकिळा त्यांच्या समोर आरसा धरून त्यांच्या समोर हिंडते. राणीसाहेबांचे सौंदर्यप्रसाधन हिंडता हिंडता उभ्याउभ्याच चालू आहे. त्या जिकडे तोंड फिरवतील तिकडे कोकिळा आरसा घेऊन धावत आहे. त्यांच्या मागोमाग आलेले कारभारी लांब बाजूला अदबीनं उभे आहेत. असेच संभाषण चालू आहे.)

| **राणी** | : | ही मेली मैना अजून कशी आली न्हाई? |

कोकिळा : ती तशीच आहे. कामात लक्ष न्हाई. राणीसाहेब तिनं....

राणी : तू मधी बोलू नकोस. कारभारी –

कारभारी : आज खाडा मांडायचा का तिचा?

राणी : ते न्हाई इचारलं तुमाला... महाराज शिकारीला गेले का?

कारभारी : आता जातीलच थोड्या येळात.

राणी : त्यांना म्हणावं, पट्ट्यापट्ट्याची कापडं घालून व्हाग मारू नका. निदान फोटोला तरी कापडं दुसरी घाला –

कारभारी : ते कशासाठी राणीसरकार?

राणी : काय पण फोटो निघतेत... व्हाग कोणता अन् महाराज कोणते हेबी वळखायला येत न्हाई.

कारभारी : हे मात्र खरं आहे.

राणी : काल तुमाला मार्किटमधी जायला सांगितलं हुतं ना?

कारभारी : जाऊन आलो. (खिशातून एक बाटली काढून) – हे नवीन हेअर ऑईल निघलंय राणीसाहेब. ह्यानं एका रात्रीत केस काळंकिट्ट हुतात आन् (हात दाखवून) इक्तं वाढतात.

कोकिळा : अगं बाई, खरंच?

राणी : तू मधी बोलू नकोस.

कारभारी : दुकानदार म्हणला, चुकून एका बाईनं गंगावनाला हे त्याल लावलं, तर गंगावनबी हातभर वाढलं.

कोकिळा : मला म्हाईत हाये राणीसरकार. धा रुपयाला बाटली. तीन बाटल्या एकदम घेतल्या, तर एक हातरुमाल फुकट है. पाच घेतल्या तर एक स्टेनलेसचा चमचा.

कारभारी : अन् एक डझन घेतल्या तर एक आरसा मिळतोय. फस्कलास है आरसा. त्यात आपलं तोंडबी दिसतंय.

राणी : आरसा मिळतोय? मग एक डझ्झन बाटल्या पाठवून द्या.

कारभारी : जी हुकूम राणीसरकार.

कोकिळा : साड्याबी कन्सेशन रेटनं मिळत्यात सध्याच्याला. पाट्याच लावल्यात. 'दिवाळीनिमित्त खास कमी केलेले दर'... बेचाळीसची साडी एकूणचाळीस रुपये पंच्च्याण्णव पैशाला. अठ्ठावन रुपयाची छप्पन रुपये सत्त्याण्णव पैशाला.

कारभारी : आता साड्यांना काय तोटा हाये का सरकार? एक गोडाऊन फूल भरलंय साड्यांनी. आता पुन्हा –

राणी : पण त्यात कन्सेशनच्या साड्या कुठाहेत?

कोकिळा	:	तुमचे पैशे जातेत का?
राणी	:	तू मधी बोलू नकोस... आणा कंच्च्या साड्या हायेत कन्सेशनच्या त्या. जावा.
कारभारी	:	जशी आज्ञा.
कोकिळा	:	आन ते साबणाचंसुद्धा आत्ताच सांगून टाका. न्हाईतर पुन्हा इसराल?
कारभारी	:	कसलं साबणाचं?
राणी	:	ते जाहिरातीतलं... ''हा साबन वापरल्यामुळेच माजी त्वचा सुंदर आणि मुलायम न्हाते...'' त्यो साबन आना. मला माझी कातडी सुंदर आन् मुलायम करायचीय.
कारभारी	:	कातडी?
राणी	:	कातडी न्हाईतर काय चामडी? शिनमातल्या नटीची कशी असती सुंदर... कशी अगदी हातानं वरबाडून घ्यावी वाटती....
कारभारी	:	त्यो साबुन पायजे का? माझं काय, मी आणतो. पण त्या साबनानं जर तुमची कातडी सुंदर अन् मुलायम झाली आन् कुणाला वरबाडून घ्यावी वाटली तर लई घोळ हुईल....
राणी	:	मी आधी एक्स्प्रेरमेंट करून बघीन ह्या कोकिळेवर. मग बगीन फुडं.
कोकिळा	:	इश्श... (लाजते.) त्या साबणाला लई वास येतोय. अंधारातसुद्धा वळखू यीन मी.
राणी	:	का बरं?
कारभारी	:	अंधारात घोटाळा हुईल. न्हाई म्हंजे – महाराजांचा गैरसमज हुईल.
राणी	:	मग मी आसं करते –
कारभारी	:	कसं?
राणी	:	मैनेलाच बोलावून घेते. ती आमच्या इश्वासातली दाशी आहे – (आतून एकदम आरडाओरडा. 'राणीसरकार घात झाला,' इ. शब्द ऐकू येतात.)
कारभारी	:	(ओरडून) कोन रं त्यो रेड्यावानी वरडतोय? हा राणीसरकारचा महाल है, ठाऊक न्हाई?
राणी	:	शेक्रेटरी, तुमी वरडायचं आधी बंद करा.
कोकिळा	:	एकदम बंद.

राणी	:	तू मधी बोलू नगंस... कुणाचा तरी वळखीच्या माणसाचा आवाज दिसतोय.
		(सोकाजी रडतरडत प्रवेश करतो) कोण? सोकाजी?
सोकाजी	:	व्हय राणीसरकार. मीच तो अभागी सोकाजी.
राणी	:	काय झालं तुला? म्हाराजांनी तुला रोजच्यापेक्षा जास्त लाथा घातल्या का?
सोकाजी	:	(एकदम गळा काढून हुंदके देत) – राणीसाहेब, घात झाला... आभाळ दुभांगलं, प्रिथवी कोसाळली माझ्यावर... न्हाई... प्रिथवी दुभंगली, आभाळ कोसाळलं माझ्यावर. सत्यानाश झाला –
कारभारी	:	काय रडतोय लेकाचा... एखाद्याला वाटलं, बायकोबियकोच मेलीय ह्याची.
राणी	:	शेक्रेटरी, तुमी गप न्हावा... काय झालं सोकाजी? मैना कुठाय?
सोकाजी	:	मैना? (एकदम हंबरडा फोडून) – आता कशाची मैना सरकार? मैना पिंजऱ्यातून उडाली राणीसाहेब.
कोकिळा	:	म्हंजे पळून गेली? तरी मला वाटलंच. तरी मी पयल्यापासनं म्हणत हुते की, हिचं काई लक्षण बरं दिसत न्हाई. लई उठवळ जात....
राणी	:	कोकिळे, तू मधीमधी बोलू नकोस.
कारभारी	:	तरीच चारदोन दिवस झाले, तिचं तोंड कावरंबावरं दिसत हुतं. म्हणलं आसं का? आत्ता उलगडा झाला.
राणी	:	कारभारी, थोबाड बंद ठिवा एकदम.
काकिळा	:	हां, एकदम बंद.
सोकाजी	:	मी आत्ता फार दुःखात हाये म्हणून. न्हाईतर हितल्या हितंच उचलून आपटला आसता... राणीसाहेबांचा विन्सल्ट म्हंजे काय... आसं वाटतं (बाह्या सारतो.) पण नको. मी सध्या फार दुःखात आहे.
राणी	:	बोल, सोकाजी बोल. आमच्या मनात न्हाईन्हाई त्या शंका यायला लागल्यात. मैनेचं काय झालं?
सोकाजी	:	(हुंदके देत) सरकार, मैना गेली. या दुनियेतून पार निघून गेली. परत कधी न यायच्या वाटेनं गेली –
राणी	:	म्हंजे? मैना गेली? आमची लाडकी दाशी मैना मरण

पावली?... काय ऐकते मी हे?

कारभारी : अरे अरेरे... मैना मरण पावली?... फार वाईट झालं. कशी गोड पोर.

कोकिळा : स्वभावानं फार चांगली. भांडन न्हाई, कधी तंटा न्हाई.

राणी : तू मधी बोलू नकोस.

सोकाजी : खरं तेच सांगतोय सरकार. तुमची आवडती दाशी. माझी लाडकी धर्मपंती मैना आज सकाळी ६ वाजून ३८ मिंटानी कैलाशवासी झाली... माझा संसार उघडा पडला... मी पोरका झालो.

राणी : (आवेगानं उठून उभी राहात) मैने... मैने, काय केलंस हे? (बेताबेताने कोचावर पडते.)

कारभारी : शांत व्हा सरकार, शांत व्हा....

राणी : कशी शांत राहू? केवढा धक्का बसलाय कारभारी आम्हाला... माझा फार जीव होता हो तिच्यावर.

कोकिळा : लई जीव होता राणीसायेबांचा तिच्यावर.

राणी : तू मधीमधी बोलू नकोस.

सोकाजी : सरकार, तुमच्या खालोखाल माझाबी लई जीव हुता तिच्यावर.

कारभारी : अन् सोकाजीराव, तुमच्या खालोखाल – न्हाई म्हंजे सगळ्यांचाच लई जीव होता तिच्यावर.

राणी : ढसाढसा रडावं वाटतंय आमाला.

कारभारी : आपण राणीसरकार हैत. ढसाढसा रडणं आपल्याला शोभत न्हाई. मोठ्या माणसांनी नुसतं नाकाला रुमाल लावून, नाक पुसायचं आसतं. (करून दाखवतो.) हे आसं.

सोकाजी : राणीसायेब, मी आता काय करू हो? तिच्या पुढच्या क्रियाकर्मालासुद्धा माझ्याजवळ पैसा नाही.

राणी : तू काही काळजी करू नकोस. पण पयले मला सांग – मैना एकाएकी कशानं मेली? तिला कोंचा रोग एकदम झाला?

सोकाजी : नशिबाचा खेळ, दुसरं काय... ६ वाजून ३७ मिंटापर्यंत चांगली धडधाकट हुती. माझ्याबराबर भांडभांडली आन् एकाएकी तिचा प्राण गेला. बहुतेक हार्टफेल असावं सरकार.

राणी : अरेरेरे, हे हार्टफेलचं दुखणं लई वाईट. आधी काय सुगावा लागत न्हाई. आन् ऐन टाईमाला आपण केव्हा

मेलो हे सुद्धा कळत न्हाई माणसाला.

सोकाजी : तसंच झालं हो....

राणी : बरं ते असू दे सोकाजी –

कारभारी : मरताना ती शुद्धीवर होती का? जीव जायच्या आधी ती काय बोलली का?

सोकाजी : राणीसायेब, माझी लाडकी मैना मरताना पूर्णपणे शुद्धीवर होती.

कोकिळा : एवढं बरं झालं त्यातल्यात्यात.

राणी : तू मधी बोलू नकोस.

सोकाजी : मरताना ती एवढंच म्हणाली की, मी तर आत्ताच चाललेय. राणीसायेबांना माझा अखेरचा प्रणाम सांगा. माझ्यासाठी कुणीबी रडू नका. एका व्यक्तीपेक्षा आपलं राष्ट्र मोठं हाये. आपली भारतमाता मोठी है –

राणी : वा मैने, वा –

कारभारी : धन्य हो मैना, धन्य हो –

सोकाजी : मी रडत रडत इचारलं. तुझी काय विच्छा हाये शेवटची? तर म्हणाली माझं समदं दिवसपाणी वेवस्थेशीर करा. पैश्याची काळजी करू नका. राणीसायेबाकडं खुशाल जा. त्या लई दयाळू हैत. रिवाजाप्रमाणं सगळं देत्याल. शेदोनशे आगावं देत्याल, पण कमी देनार नाहीत. एवढं बोलली आन् माझ्या मांडीवर डोकं ठेवून, प्राण सोडला.

कारभारी : कोणाच्या मांडीवर?

राणी : कारभारी –

कारभारी : न्हाई, सहज चवकशी केली.

राणी : मधीमधी बोलू नका.

कोकिळा : अजिबात बोलू नका. एकदा सांगितल्यावर कळलं पायजे माणसाला.

राणी : कारभारी, आत्ताच्या आत्ता सोकाजीला दीड हजार रुपये द्या.

कारभारी : पण रिवाजाप्रमाणं हजारच रुपये –

राणी : आर्डर म्हंजे आर्डर.

कारभारी : जशी आपली आज्ञा.

राणी : कन्सेशनच्या पातळाची आर्डर कॅन्सल करा. तेलाच्या बाटल्या, साबण काही आणू नका... ह्याला कापडचोपड, धान्य

समदं द्या. तिचे सगळे दिवस नीट होऊ द्यात.

कारभारी : ठीक हाये.

राणी : मग बगत काय उभा ऱ्हायलाय. सोकाजीला घेऊन जा. आन् आर्डरप्रमाणं काम करून टाका.

कारभारी : जी हुजूर सरकार. चला सोकाजीराव.

सोकाजी : (हुंदके देत) दीड हजाराला घेऊन काय करू सरकार? माझी मैना गेली ती गेलीच. ती काय आता परत येत न्हाई.

राणी : आमाला फार वाईट वाटतं सोकाजी. आमी तुमच्या ह्याच्यात सहभागी आहोत.

सोकाजी : (डोळे पुशीत) बराय येतो मी. तेवढे पैसे नीट मोजून मात्र द्यायला सांगा. फाटक्या नोटा शक्यतो नसाव्यात.

राणी : कारभारी, ह्यानला रिझर्व बँकेतली नवी बंडलं द्या. तेलकट मेणचट नोटा देवू नका.

कारभारी : बराय राणीसायेब –

राणी : ते फार दु:खात आहेत. त्याला नोटा मोजायला लावू नका. तुम्हीच मोजून द्या.

कारभारी : ठीक हाये. चला सोकाजीराव.
(सोकाजी आणि कारभारी जातात.)

राणी : कोकिळे,

कोकिळा : जी बाईसाहेब.

राणी : आमाला फार दु:ख झालेलं हाये.

कोकिळा : होय सरकार.

राणी : आजचे आपले सगळे प्रोग्रॅम कॅन्सल.

कोकिळा : म्हैला मंडळातले भाषण – म्हैला म्हंजे काय? या विषयावरचं?

राणी : कॅन्सल.

कोकिळा : आन् केशभूषा स्पर्धा?

राणी : ती बी रद्द.

कोकिळा : आन् मुलींच्या शाळेतला बक्षीस समारंभ बी रद्द?

राणी : एकदम रद्द. आज आमचं मनच लागतं कुठं? बक्षिसं मुलींच्या घरी पोचती करून टाका म्हणावं.

कोकिळा : जी बाईसाहेब.

राणी : आमची ती नवी घेतलेली काळी साडी आन् काळा झंपर

काढा. आमी दुखवट्याचा मेचिंग पोशाख घालावा म्हणतो.

कोकिळा : त्यो ड्रेस तुमाला लई खुलून दिसतो.

राणी : मधी बोलू नकोस. काळ्या बांगड्या आन् काळी पर्सपण रेडी ठेव.

कोकिळा : बराय –

राणी : खंडोलन्स मीटिंगला जाताना काळ्या चपलाबी लागतील की आमाला.

कोकिळा : बाईसाहेब, आजचा दिवस महालात काळं कुत्रं अन् काळं मांजर ठेवू दे का?

राणी : चालंल... आमी आता घटकाभर इश्रांती घेऊन दु:ख कमी करावं म्हणतो.

कोकिळा : चलावं राणीसरकार –

(राणीसाहेब कपाळावर हात ठेवून निघून जातात. त्यांच्या मागोमाग कोकिळा पण जाते.)

(सोकाजी आणि मैना हातात पैशाच्या थैल्या आणि काखोटीला नव्या कापडाचा गठ्ठा घेऊन बोलत बोलत प्रवेश करतात. दोघांचीही तोंड खुललेली.)

सोकाजी : तुझे हजार तर माझे दीड हज्जार.

मैना : सरळच हाये. तसंच हुणार की.

सोकाजी : का?

मैना : कारण मी शहाणी है आन् तुमी दीड शहाणे हायेत.

सोकाजी : काय च्यायला बायकू हाये.

मैना : तुमची है.

सोकाजी : बरं ते जाऊ दे. आपलं कर्जपाणी फिटलं की न्हाई.

मैना : समदं देणंपाणी देऊन टाका.

सोकाजी : ते तर झालं. पण ऱ्हायलेल्या पैशाचं काय करायचं?

मैना : मला अगदी नेसायला कापडं न्हाईत बगा.

सोकाजी : मेलो.

मैना : माझ्यासाठी काय आणाल?

(मैना एकदम अत्यानंदाने नाचू लागते. नाचतानाचता आपल्याला काय हवे हे सुचवणारं गाणे म्हणते. सोकाजी

(हताश होऊन तिला निर्जीवपणे साथ देत राहतो.)

सोकाजी	:	झालं. निकाल लागला.
मैना	:	मग काय करावं म्हणता? खबरदार पुन्हा पैसे उडविलेत तर.
सोकाजी	:	हे पैसे उडवणं न्हाई वाटतं? हे आणा आन् ते आणा. अगं त्यापेक्षा आसं म्हण.
मैना	:	काय?
सोकाजी	:	उरलेले पैसे अल्पबचतमधी गुंतवा. विमा उतरा.
मैना	:	(घाबरून) विमा बिमा उतरू नका हां. आधीच सांगून ठेवते.
सोकाजी	:	का बरं?
मैना	:	मग मात्र खरंच पटकन मराल.
सोकाजी	:	मग काय करावं म्हणतीस?
मैना	:	न्हाइतर आसं करा. हातच लावू नका या पैशाला. महाराजांना आन् राणीसायेबांना फसवून आणलाय ह्यो पैसा. जर का आपला गुन्हा उघडकीस आला....
सोकाजी	:	तो कसा येईल?
मैना	:	म्हाराजांची अन् राणीसायेबांची आज गाठ पडलंच. मग न्हाई का घोटाळा हुनार?
सोकाजी	:	दोघं भेटलं ना म्हंजे लई गंमत होणार. महाराज म्हणणार मी मेलो हाये.
मैना	:	आन् राणीसायेब म्हणणार मी मेल्याली है.
सोकाजी	:	हुतेय आता नवराबायकोची खडाजंगी.
मैना	:	फासाला जावा लागंल. तुमाला गंमत वाटतीय.
सोकाजी	:	आगं कुणाला कळणार खरा परकार काय हाये तो.
मैना	:	आले म्हाराज स्वता हिकडं चौकशी करायला म्हंजे मग?
सोकाजी	:	महाराज? आन् स्वता हिकडं येणार? हां हां...मोठी माणसं कधी स्वता येत नसत्यात. नुसता दुखवट्याचा संदेश.
मैना	:	पण खरंखोटं करायची येळ आली तर?
सोकाजी	:	तर आपला हुज्या लावून देतील. विशेष प्रतिनिधी रिपोर्ट करायला.
मैना	:	मग हो?
सोकाजी	:	येऊ दे की. मी पुन्हा मरतो. तू रडत बस माझ्या उशाला

म्हंजे झालं. आसा हांबरडा फोडशील की बास. देखते रहना नुस्तं....

मैना : अं... ते सोपं हाये.

सोकाजी : डोळ्यातनं नुस्ती धार लागली पायजे. म्हंजे माझ्याकडे त्याचं लक्षच जायचं न्हाई. बाजूला तोंड करायचं हां... न्हाईतर माझ्या तोंडावर पाणी पडून समदी पर्शनॅलिटी खलास हुईल माझी.

मैना : महाराज न्हाई आले तरी राणीसाहेब समक्ष आल्याबिगर कध्धी ऱ्हायाच्या न्हाईत.

सोकाजी : कशावरनं?

मैना : माझ्यावर लई जीव हाये त्यांचा.

सोकाजी : आगं येडे, हितं यायाचं म्हंजे राजवाड्याचं किती चौक आन् किती रस्ते वलांडून यावं लागंल म्हाईत हाये ना तुला? मग?

मैना : बरं मग?

सोकाजी : त्या मानानं राणीसाहेबांना मेपक करायला किती टाईम लागंल? जरा इचार कर. आगं जवळच्याजवळ नुस्तं दरबारात जायाचं तरी मेपकला अडीच घंटे लागत्यात. इथे यायाचं म्हंजे त्यामानानं हिशेब कर.

मैना : किती?

सोकाजी : आज मेपक सुरू झाला, तर उद्या सकाळच्याला तैयार हुतील. समजलं.

मैना : म्हंजे – महाराज जसं आपला हुजऱ्या पाठवतील –

सोकाजी : तसं राणीसरकार आपली दाशी पाठवतील. शिरलं टाळक्यात? बरं झालं.

मैना : अन् मग हो?

सोकाजी : मग काय? उलटं करायचं. दाशी आली की तू मरून पड. मी गळा काढतो.

मैना : तुमच्या डोळ्यातनंसुधा पाणी यील न्हवं?

सोकाजी : प्रयत्न करनं हे आपलं काम आहे. बहुतेक यील पण.

मैना : मग रडायच्या टायमाला तुमीबी तोंड बाजूला करून रडा, न्हाईतर तुमच्या पाण्यानं माझ्या डोळ्यातलं काजळ फरफटंल अन् व्हटाची लिप्टिक पुसून जाईल. काय?

सोकाजी : लाडके, एवढी साधी गोष्ट मला कळनार न्हाई का? बाजूला तोंड करूनच मी नाक शिंकरीन – आपलं डोळं पुशीन.

मैना : बघा हा....

सोकाजी : अगदी नक्की.... मग ठरलं तर?

मैना : ठरलं.

सोकाजी : हुजऱ्या आला तर मी मरून पडतो. अन् दाशी आली एखादी सुंदर तर तू डोळे मिटून पड.

मैना : म्हंजे पुन्हा मरायचं नाटक करायचं.

सोकाजी : करेक्ट... एका टायमाला एकजण कुणीतरी मेलं म्हणजे झालं.

मैना : कुणीतरी एकजण मरून कसं चालंल? जे ते बरोबरच मरायला पायजे. न्हाईतर –

सोकाजी : न्हाईतर काय हुईल?

मैना : होईल उफराटं... हुजऱ्या यील आन् तुमी बसाल रडत मला मारून.

सोकाजी : उफराटं कसं हुईल? बरुबर नेम धरूनच बसायचं, हं, चलचल, येळ नगं लावूस.

(दोघेही घाईने जातात.)

(राणीसाहेबांचा महाल. संपूर्ण काळ्या पोशाखात राणीसाहेब प्रवेश करतात. कपाळावर हात ठेवून दु:खी मुद्रेने एका आसनावर बसतात.

थोड्या वेळाने महाराज प्रवेश करतात. राणीसाहेबांकडे टक लावून पाहतात. थोडा वेळ शांतता. मग महाराज मोठा सुस्कारा सोडून बोलायला प्रारंभ करतात.)

महाराज : राणीसरकार –

राणी : (बोलत नाही.)

महाराज : (मोठ्याने) राणीसाहेब....

राणी : (न बघताच खिन्नपणे) काय महाराज?

महाराज : आजचा दिस फार कसनूसा उगवला.

राणी : व्हय म्हाराज. लई वाईट दिस निघाला.

महाराज : आज सकाळच्या पारीच आशुभ बातमी समजली.

राणी : फार वाईट झालं.

महाराज : हुं... असं व्हायला नको हुतं.

राणी : लई शाक बसला मला.

महाराज : मला बी लई नर्व्हसनेसपना आला. असं घडंल असं वाटंल नव्हतं.

राणी : आन् एकाएकी... ध्यानी न्हाई, मनी न्हाई, विकनेसपणा न्हाई, शिकनेसपणा न्हाई –

महाराज : अन् एकाएकी माणूस मरावं म्हंजे काय....

राणी : देवाच्या मनात आसंल तसं हुतं.

महाराज : परमेश्वरी विच्छेफुडं कुणाचा काही विलाज न्हाई.

राणी : ऱ्हाऊन ऱ्हाऊन माझ्या मनात तोच इचार येतोय.

महाराज : खरं हाये. सोकाजीसारखा तरणाताठा, धडधाकट माणूस –

राणी : त्याचा बिचाऱ्याचा संसार उघड्यावर पडला.

महाराज : मैना विधवा व्हावी हे फार वाईट झालं.

राणी : विधवा व्हायला काय तिचा नवरा मेलाय का काय? काईतरीच बोलणं तुमचं.

महाराज : सोकाजी गेला न्हाई? मग काय मैना मेली?

राणी : मग कोण मेलंय? मैना मेलीय.

महाराज : काहीतरीच काय बोलतीस? जरा तरी डोकं ठिकाणावर ठिवून बोलावं माणसानं.

राणी : म्हंजे? मैना न्हाई मेली?

महाराज : तिला काय धाड आलीय... सोकाजीबद्दल सांगतोय मी.

राणी : सोकाजी? त्याला काय रोग आलाय? मघाशी तर आला हुता रडत-वरडत माझी बायको मेली म्हणून.

महाराज : डोकं भ्रमलंय काय तुझं?... मघाशी मैना रडतबोंबलत आमच्याकडे आली हुती. सोकाजी मेला म्हणून समक्ष सांगितलं तिनं. अन् तू सरळ न्हाई म्हणतीस.

राणी : (उपरोधाने) मैना तुमच्याकडं आली हुती... मैनेचं भूत आलं असंल भूत. हुः....!

महाराज : आता काय करावं?

राणी : दोन घंट्यापूर्वी सोकाजी आमच्या महालात आला हुता. ह्या हितं उभा होता. मैना गेली म्हणून रडत हुता. अन् तुमी

मलाच दटावता? भलतीच थट्टा केल्याली मला न्हाई खपायची. हां, सांगून ठिवते.

महाराज : आमाला बी मस्करी केलेली आवडत न्हाई. आमी म्हाराज आहोत, ही गोष्ट नीट ध्यानात ठिवा.

राणी : आमीबी राणीसरकार हैत हे तुमी ध्यानात ठिवा. आर्डिनरी बाई न्हाईच.

महाराज : मग ऐका... एकदा सोडून दोनदा सांगतो – सोकाजी हुजऱ्या मेला. सोकाजी हुजऱ्या मेला.

राणी : मग मीबी एकदा सोडून तीनदा सांगते – मैना मेली, मैना मेली, मैना मेली. (दोघेही एकमेकांकडे क्षणभर बघत उभे राहतात.)

महाराज : ठीक है... एकवार माफ करतो. आसं पुन्हा खुळचटासारखं बोललात तर राणीसाहेब म्हणून तुमचा हुद्दा कमी हुईल.

राणी : मला उगीच खवळू नका. लई वाईट बायकू हाये मी. एकदा खवळले म्हंजे, पुढच्या इलेक्शनमधी तुमाला पाडून, चितपट मारून, राजमाता म्हणून सगळा कारभार हातात घीन. तुमी काय समजलाय?

महाराज : अगं, मी खरंच सांगतोय.

राणी : मग मी खोटं सांगतीय?

महाराज : मैनेनं मला सांगितलं ते सगळं खोटं. तुझं तिवढं खरं –

राणी : आन् सोकाजीनं समक्ष येऊन सांगितलं ते लबाडीचं... तुमी तिवढं खरे नाही काय? अहाहा... हरिश्चंद्राचे अवतार तुम्ही. 'सत्यमेव जयते'... खोटं बोलणं तुम्हाला कधी म्हाईत आहे का? कासोट्याचं तिर्थ घ्यावं तुमच्या बगा.

महाराज : अगं पण –

राणी : एक अक्षर बोलू नका.

महाराज : (एकदम ओरडून) आता काय बोंबलू का तुज्या म्होरं? का डोस्कं पिकवायला लागलीय?

राणी : खरं हाये, तुमचंच खरं हो... मी गाढव. माझंच डोस्कं फिरलं. (स्वत:च्या थोबाडीत मारून घेते.) बोलशील? बोलशील का पुन्हा खरं?

महाराज : उगीच कांगावा करू नकोस... सोकाजीच मेलाय. पुन्हा सांगतो.

राणी	:	नाही तुम्ही ऐकत तर... ठिक हाये. मग मी सुद्धा बजावून सांगते – मैना मेली.
महाराज	:	(पाय आपटून) सोकाजी.
राणी	:	(दोनदा पाय आपटून) मैना.
महाराज	:	सोकाजी-सोकाजी
राणी	:	मैना-मैना-मैना.
		(दोघेही दोनतीन वेळा हे शब्द ठसक्यात उच्चारतात आणि एकमेकांपुढे भांडणाच्या पवित्र्यात उभे राहतात.)
महाराज	:	ठीक हाये. हातच्या काकणाला आरसा कशाला? प्रधानजीला बोलावतो. ते हुते त्या टायमाला. (हाका मारतो.) प्रधानजी – प्रधानजी (प्रधानजी येतात.) प्रधानजी, इतका येळ कुठं मेला हुता तुमी.
प्रधानजी	:	तुमची घनचक्कर चालली हुती. म्हणून बाजूला जरा कोपऱ्यात गेलो हुतो.
महाराज	:	कशाला?
प्रधानजी	:	बिडी वढत हुतो.
महाराज	:	हितं आग लागलीय, अन् तुमी बिडी वढताय?... शरम न्हाई वाटतं?
प्रधानजी	:	इझवली म्हाराज.
महाराज	:	पण ही आग कोण इझवल? प्रधानजी तुमीच सांगा. दोन घंट्यापूर्वी मैना रडतरडत आली आन् सोकाजी मेला म्हणून तिनं सांगितलं. खरं का खोटं?
प्रधानजी	:	अगदी खरं महाराज.
महाराज	:	ऐका राणीसायेब.
प्रधानजी	:	व्हय बाईसाहेब. मैना स्वताच रडत आली हुती. नवरा मेला म्हणून मी ह्या हातानं हज्जार रुपये दिल्यात.
राणी	:	तू बोलू नकोस लुब्ऱ्या मधी... महाराज बोलतील त्याला नंदीबैलासारखी मान हलवायची एवढंच काम तुमचं. थांब मेल्या, तुला प्रधानजी म्हणून ठिवतच न्हाई आता. तुला फारीनला पाठवते वकील म्हणून. तेबी चीनमधी. नालायक कुठला.
प्रधानजी	:	नका राणीसरकार, मला फारीनला पाठवू नका. मी पाया पडतो. चीनमधी तर अंजाबात नको. लई मार खावा

लागंल.

राणी : खोटं सांगतोस मेल्या मग.

प्रधानजी : आईशपथ.

राणी : खबरदार, पुढं बोलशील तर. थापाड्या कुठला.

महाराज : ते गव्हरमेंट सर्व्हंट आहेत. खरं तेच सांगतात. थापा मारायला ते काय पुढारी हैत?

प्रधानजी : सरकार, प्रधानजी व्हायच्या आधी मी शाळामास्तर हुतो. खोटं बोलायला यील तरी का मला?

राणी : थांब, तुझं खरंखोटं आत्ता भायेर काढते. सोकाजी रडत आला तेवा आमचे कारभारी हुते. कोकिळा हुती. (हाका मारते.) कोकिळे, ए कोकिळे. कुठं तडफडली ही कुणाला ठावं.

कोकिळा : (प्रवेश करून) काय बाईसाहेब?

राणी : कोकिळा, दोन घंट्यापूर्वी सोकाजी हितं आला हुता का न्हाई रडत? मैना मेली म्हणून त्यानं सांगितलं का न्हाई.

कोकिळा : तर... आपण कन्सेशनच्या साड्याची आर्डर दिलीत – मग तेलाच्या बाटल्या सांगितल्या. साबुण आणायला सांगितला – तवाच तो आला. मैना मेली म्हणून रडत. मग राणीसायेबांनी त्याला रुपये दीड हज्जार दिले.

महाराज : साफ खोटं है हे. काहीतरी बनवाबनवी दिसतीय. रुपये हज्जार आमी दिले मैनेला.

राणी : दीड हजार. आमी दिलेत सोकाजीला.

कोकिळा : व्हय महाराज.

महाराज : तू मधीमधी बोलू नगस... लई लुब्री दासी हैस तू... इक्तं बेमालूम खोटं बोलतीस.

कोकिळा : खोटं न्हाई म्हाराज.

महाराज : चूप....

कोकिळा : पण –

महाराज : शटप् एकदम. लई त्वांड कराय लागलीस का? थांब, तुझी शाळाखात्यातच बदली करून टाकतो. प्रधानजी, हिला बेसिक ट्रेनिंगला पाठवा. त्याबिगर वठणीवर न्हाई यायची ही. बस काडत सूत... न्हाई तर असं करा. आमच्या रेडियोवर हिला अनाउन्सर करून टाका.

प्रधानजी : मला वाटतं सरकार, हातच्या आरशाला काकण कशाला?

महाराज : काय?

प्रधानजी : न न्हाई, हातच्या काकणाला आरसा कशाला? आसं करू. नक्की कोण मेलंय हे बघायला एक हुजऱ्या पाठवू सोकाजीच्या घरी. म्हंजे तर काय सौंशय ऱ्हाणार न्हाई?

महाराज : वा प्रधानजी वा... प्रधान असूनसुधा तुमी काय काय वेळा हुशार मानसासारखे बोलता की... पाठवून द्या माणूस अर्जंट. म्हणावं, काय नक्की हाये ते सांगायला हिकडं ये.

प्रधानजी : आपला गणोजी हुजऱ्या है ना.

महाराज : उत्कृष्ट... त्याला म्हणावं धावत जा अन् पळत ये. समदं प्रत्यक्ष बघून ये म्हणावं कोण मेलंय ते. न्हाईतर थांबा, आमीच स्वता त्याला सांगतो.

प्रधानजी : चला सरकार.

(दोघेही घाईघाईने जातात.)

राणी : कोकिळे –

कोकिळा : जी बाईसाहेब.

राणी : ह्या प्रधानजीवर माझा भरवसा न्हाई. त्यो हुजऱ्याला कायतरी लाच दील आन् तो बंडल मारील.

कोकिळा : लई कावळा हाये प्रधानजी.

राणी : त्याच्यावर इश्वास ठिवून चालायचं न्हाई.

कोकिळा : मग काय करावं?

राणी : असं कर. त्या गणोजीला जाऊन येऊ दे. मग घडीभरानं तू जा. समक्ष बघ. कोण मेलंय, काय चाललंय – समदी खात्री करून घे. अन् घंट्याभरात 'आखो देखा हाल' मला येऊन सांग. समदी कामेंटरी कर.

कोकिळा : जी बाईसायेब. मी सोता बगून येते काय प्रकार है ते. तुमी काई काळजी करू नका. सत्याचा वाली परमेश्वर आहे.

राणी : त्यो हुजऱ्या येवून सांगायला लागला की, त्याच्या मागोमाग तू हितं ये. लेट करू नगंस.

कोकिळा : आगदी टाईमशीर येते.

राणी : हां, म्हंजे ह्या प्रधानजीचे दात त्याच्या घशात घालते –

कोकिळा : घालाच एकदा –

राणी : मधीमधी बोलू नगंस. जा लवकर. महाराजांनाबी चांगला

धडा शिकवते.

कोकिळा : ही निघाले मी बाईसायेब.

राणी : शाबास... सरळ ष्ट्रेट लायनीत जा. कुणाशी गुलुगुलू गोष्टी करत बसू नगंस. लई वाईट खोड हाये तुला.

कोकिळा : न्हाई, आगदी परत डायरेक्ट जाते.

राणी : जा, पळ. तू परत येस्तवर आमी आतल्या महालात वेटिंग करीत बसतो. जा लवकर.

(राणीसाहेब आणि कोकिळा दोघी घाईघाईने दोन दिशांनी निघून जातात.)

(सोकाजी आणि मैना खिडकीतून मधूनमधून डोकावून पाहात वाट बघत आहेत. दोघेही मधूनमधून फेऱ्या घालीत आहेत.)

सोकाजी : लाडके, आपल्याला मरून लई येळ झाला न्हाई?

मैना : तर... आपण सकाळी मेलो. आता दुपार टळून गेली.

सोकाजी : मग आजून कसं कुणी यीना? (शिंक देतो.) च्यायला, ह्या पडशानं एक बेजार केलंय. सकाळपासनं सटासट शिंका येत्यात.

मैना : यील हळूहळू... चांगली बातमी पसरायला टाईम लागतो.

सोकाजी : बोललीस?... काय तुझं त्वांड हाये....

मैना : (खिडकीतून पाहात गडबडीने) अहो, आला आला...त्यो हिकडंच आला.

सोकाजी : आं? कोण हुजऱ्या का?

मैना : पडा, पडा आधी तुमी घोंगड्यावर.

सोकाजी : अगं पण थांब, थांब –

(गडबडीने घोंगड्यावर जाऊन मेल्याप्रमाणे पडतो. मैना त्याच्या अंगावर संपूर्ण चादर झाकते. पुन्हा तोंडावरील चादर काढते.)

मैना : नाक शिंकरून घ्या एकदा... न्हाईतर एकदम शिंकाल धाडकन....

(सोकाजी मोठ्यांदा शिंक देतो. मैना गडबडीने त्याच्याजवळ जाऊन त्याचे तोंड पुसते, पुन्हा तोंडावरून पांघरूण घालते. रडव्या तोंडाने जवळ बसून राहते. तेवढ्यात कानफाटे पैलवान प्रवेश करतो.)

कानफाटे	:	(हातात नोटा घेऊन) हां, सोकाजीराव, हे पैशे – (एकदम दचकतो.) – आं?
मैना	:	(गळा काढून) कानफाटे... आसं कसं झालं हो?
कानफाटे	:	(आश्चर्याने) म्हंजे?
मैना	:	सोकाजीराव गेलं की हो....
कानफाटे	:	गेले कुठे गेलं?
मैना	:	(हात दाखवून) वर गेलं....
कानफाटे	:	म्हंजे? – सोकाजी – म-मेला?
मैना	:	व्हय हो.
कानफाटे	:	अरारारा... कवा घडला ह्यो प्रकार?
मैना	:	सकाळच्याला. चांगले हासत हुते, बोलत हुते आन् एकदम खलास.
		(कानफाटे जवळ जाऊन सोकाजीकडे न्याहाळून बघतो.)

कानफाटे	:	लई वंगाळ झालं मैनाबाई....
मैना	:	आसं कसं झालं हो?
कानफाटे	:	हूं... म्हणच हाये... देव तारी त्याला कोण मारी. बरं, पुढची वेवस्था.
मैना	:	(रडत) मी एकली बाई. कुटंकुटं बगू? ह्यो बगू का ते बगू, त्ये बगू का हो?
कानफाटे	:	एकल्या बाईला मदत करनं आपलं कामच है. (तिच्या जवळ जाऊन उभा राहतो.)
मैना	:	(हंबरडा फोडून) पण असं कसं झालं हो?
कानफाटे	:	झाली गोष्ट हून गेली. मैनाबाय तुमी आता रडू नका. मी पुढच्या तयारीला लागतो.
मैना	:	काय करता?
कानफाटे	:	गावातली धापाच माणसं गोळा करतो.
मैना	:	इतकी कशाला? तुमी हायेतच. आणखी चार आसली म्हंजे पुरं.
कानफाटे	:	मी घरी ऱ्हाईन तुमच्याजवळ. बाकीची तिकडं जात्याल.
मैना	:	आसं म्हणता?
कानफाटे	:	माझ्या वळखीची एक भजनी दिंडी है. धा-बारा जणांचा पुठ्ठा है. समदा बोलिवतो हिकडं.

मैना : भजनी दिंडी? ती कशाला?

कानफाटे : कामगार मानसं हैत. कुठं गाण्याचा चान्स मिळत न्हाई. आठवड्यातनं एकदा भजन. बास... बाकीच्या टायमाला मग आसं कुठंकुठं जायचं... लई हावशी मानसं हैत.

मैना : मग बोलवा, सोकाजीरावबी लई हावशी हुते. दिंडी बगून त्यानाबी लई मजा वाटली आसती –

(सोकाजी एकदम शिंक देतो. कानफाटे इकडं-तिकडं बावचळून पाहतो.)

कानफाटे : कसला आवाज झाला? कुणीतरी नाक –

मैना : (पदराने नाक पुशीत) कुनी न्हाई. माझ्याच नाकात एकदम गुळगुळ झालं आन् शिंक आली –

कानफाटे : असं व्हय? मला काय वाटलं? – (सोकाजीकडे टक लावून पाहतो.)

मैना : (एकदम गळा काढून) असं कसं कपाळ फुटलं हो?

कानफाटे : नका, नका रडू मैनाबाई. तुमाला रडताना बगितलं की प्वाटात तुटतं माझ्या. पुसा डोळं. का मी पुसू?

मैना : (घाईघाईने) तुमी दिंडी आणताय न्हावं?

कानफाटे : हा निगालोच –

मैना : मग जावा लवकर. उगीच टाईम पास करू नका.

कानफाटे : आलोच समदी येवस्था करून, (घाईघाईने निघून जातो.)

सोकाजी : (उठून आळोखेपिळोखे देत) गेला का हरामखोर?

मैना : गेला.

सोकाजी : घरीच थांबतो म्हणतोय तुझ्या सोबत आं? अरे साल्या, आता पुन्हा येऊ दे तर खरं.

मैना : यीलच की दिंडी घेऊन माघारी.

सोकाजी : काय चावट बायकू हायेस गं. ते... दिंडीचं काय धसकट काढलंय मधीच तू? सुतड्यात गुतडा.

मैना : लई हावशी माणसं हैत म्हणाला. म्हणलं आसू दे.

सोकाजी : (उठतो.) तूबी हावशीच बायकू दिसतीस... (खिडकीतून बघत) अजून कसा म्हाराजांकडचा हुजऱ्या आला न्हाई... हा दुसरा कुणीतरी आलाय बग. पडपड आता तू पड. आता तुझी मरायची टर्न है.

मैना : आता कोण आलंय आणखीन?

सोकाजी : कोण नीट दिसलं न्हाई मला, पण हुजऱ्या न्हवं.

मैना : पण –

सोकाजी : (एकदम शिंक देतो.) ही शिंक लई घोटाळा करतीय. म्हणून सांगतोय तर... मर म्हणल्यावर मरावं माणसानं... (मैना घोंगड्यावर निश्चेष्ट पडून राहते. सोकाजी एकदा खिडकीतून बाहेर बघून तिच्या अंगावर चादर पसरतो. मग उदास मुद्रा करून बाजूला बसून राहतो.
– झिंगलेला शेटजी झोकांड्या खात प्रवेश करतो. त्याच्या खिशात बाटली आहे.)

शेटजी : (अडखळत... अडखळत) अरे मैनाबाय – आं? (दचकून उभा राहतो.)

सोकाजी : मैनाबाय मेली.

शेटजी : क-काय?

सोकाजी : शेटजी, मैना मेली हो माझी. दिसत न्हाई का? (मैनेकडे बोट दाखवतो.)

शेटजी : मेली? अन् कवा?

सोकाजी : सकाळीच.

शेटजी : (तिच्याजवळ जाऊन निरखून पाहातो. मग सोकाजीस) – साला, आमी आले त्या वक्ताला तर हुती सकाळी.

सोकाजी : तुमाला बगितलं आन् एकदम प्राण सोडला तिनं.

शेटजी : काय शाले मस्करी करता तुमी.

सोकाजी : मस्करी न्हाई शेटजी. खरंच सांगतोय (हुंदके देत.) माजी मैना गेली. आता मला ह्या दुनयेत कोण है?

शेटजी : पण कशानं मेली?

सोकाजी : (एकदम शिंक देतो.) ही अशीच शिंक आली अन् एकदम खलास. खेळ खतम.

शेटजी : अरारारा... हे शाला वाईट झाला. (तोल सावरीत) तुला ही एवढीच बायकू?

सोकाजी : एवढीच.

शेटजी : अन् तिला तू एकटाच नवरा?

सोकाजी : एकटाच.

शेटजी : अरारारा... ह्ये शाला वाईट झाला. (खिशातली बाटली काढून बाजूला ठेवतो. सोकाजीजवळ जाऊन) रडू नगोस

सोकाजी तू. आमची बायकू मेली तवा आमी रडलो न्हाई. दुसरी केली. दुसरी मेली तवाबी रडलो न्हाई –

सोकाजी : तिसरी केली.

शेटजी : बराबर... (मैनेकडं बघत) बाई फार फस्क्लास हुती. पन तू रडू नकोस... फिल्म लायनीत गेली असती, तर बडी आक्ट्रीस झाली असती... नको नको, रडू नकोस. बोलणं मोठं मंजुळ... पर तू रडू नकोस सोकाजी. (स्वत: रडतो.)

सोकाजी : रडू नका शेटजी तुमी. बायको माझी मेलीय. तुमची न्हवं.

शेटजी : बरी आठवण केलीत (गप्प होतो.)

सोकाजी : बराय. या आता तुमी.

शेटजी : (झोकांड्या खात निघतो.) तू मातर रडू नकोस सोकाजी. देवाची मर्जी, आपले काय चालत न्हाई.

सोकाजी : तुमी नीट चाला म्हंजे झाले. (शेटजी जातो.) हं:... काय लेकाचा हलकट आहे... ऊठ, ए ऊठ.

मैना : (उठून बसत) गेलं का ते चिकट भोकर? लई नजर वाईट मुडद्याची. मेले हुते ना मी? तरीसुद्धा आसा बघत हुता माझ्याकडं –

सोकाजी : तुला कसं कळलं?

मैना : एक डोळा बारीक करून बगत हुते? तरीच तो झिंगल्यावाणी झाला. (कुणाचीतरी चाहूल लागते.)

सोकाजी : बापरे, पुना कुणीतरी आलं वाटतं? काय उच्छाद मांडलाय लोकांनी... आता कुणी मरायचं? बहुतेक महाराजांचा हुजऱ्याच असणार. थांब, थांब. तू नको मी मरतो. न्हाईतर घोटाळा हुईल समदा.

(दोघांची धावपळ, पळापळ. शेवटी गडबडीत सोकाजी घोंगड्यावर पडतो. मैना त्याच्यावर चादर टाकून रडत शेजारी बसते. तेवढ्यात झिंगलेला शेटजी पुन्हा प्रवेश करतो.)

शेटजी : शाला आमची बाटली इसरली का सोकाजी इथं? आं... (समोर पाहतो. सोकाजी मेलेला अन् मैना रडत त्याच्याशेजारी बसलेली. चमकतो. तोंडाचा 'आ' वासून बघत राहतो. दोन्ही हाताने डोळे चोळतो. पुन्हा पाहतो. डोळे मिटतो. हाताला चिमटा घेऊन पुन्हा पाहतो. त्याची बोबडीच वळते.)

शेटजी	:	अरे शाला... हे काय चमत्कार झाला?
मैना	:	(स्वतःला सावरून घेत शांतपणे) पुन्हा का आला शेटजी?
शेटजी	:	(घाबरून) मैनाबाय, तू बोलतीस?
मैना	.	मीच बोलतीय.
शेटजी	:	(सोकाजीकडं बोट दाखवून) हे, हे कोण?
मैना	:	(एकदम गळा काढून) आसं काय करता शेटजी तुमी... सोकाजीराव गेले म्हणून मगाशीच सांगितलं तुम्हासनी? असं कसं झालं हो?
शेटजी	:	मघाशी सांगितलं. बापरे....
मैना	:	(हुंदके देत) मग तुमी सुद्धा रडलात.
शेटजी	:	हो, हो मीपण रडलो. पण –
मैना	:	मला तुमी म्हणालात तुजा नवरा मेला तशी माझी बायकू मेली. मग दुसरी केली. दुसरी मेली तवा –
शेटजी	:	तिसरी केली. ते बराबर हाय. पण –
मैना	:	कसं माझं कपाळ फुटलं हो? आता राया तुमाला कुटं बघू.
शेटजी	:	पण मगाशी तर तू मेलेली हुती ना? सोकाजी कवा मेला?
मैना	:	सक्काळी.
शेटजी	:	एकदम शिंक आली आन् खलास.
मैना	:	व्हय हो, आसंच झालं?
शेटजी	:	शाला, हे त्यानं स्वता मला सांगितलं पाच मिंटापूर्वी.
मैना	:	काय डोस्कं फिरलंय का तुमचं? का दारुबिरु पिऊन आलात? घेतलेलीच दिसताय. ही बाटली हितं कशी आली?
शेटजी	:	(घाबरून) न... न्हाई, तशी थोडी जास्त झाली आज. पण मगाशीच आसं उलट कसं दिसलं?
मैना	:	(चिडून) मगाशीसुद्धा तेच मेले हुते. तुमी माझ्यासंगं बोललात....
शेटजी	:	(स्वतःशीच) डोस्क औट झालंय आपलं... छ्यः:... छ्यः:... शाला, ही दारू फार वाईट. इत्कं पिणं चांगलं न्हाई म्हणते लोक ते काय खोटं न्हाई. या पुढं बंद. (बाटली उचलून झोकांड्या खात जातो.) (मैना तो गेला हे पाहण्यासाठी मागोमाग जाते. सोकाजी उठून बघू लागतो, तेवढ्यात मैना बाहेरून धावत धावत

येते.)

मैना : पडा पडा, असेच पडा. गणोजी हुजऱ्या आलाय.

सोकाजी : म्हंजे. म्हाराजांच्याकडचा!

मैना : मग सांगते काय? पडा लवकर.

(सोकाजी घाईघाईने निश्चेष्ट पडून राहतो. मैना चादर नीट पसरते. बाजूस बसून राहते. गणोजी हुजऱ्या प्रवेश करतो.)

गणोजी : मैनाबाय-मैनाबाय-मैना....

मैना : (हुंदके देत.) गणोजी.

गणोजी : गप्‌गप्... रडू नगंस. मला पयलांदा खरंच वाटलं न्हाई...

(सोकाजीजवळ जाऊन नीट न्याहाळून पाहतो. नाकापाशी सूत धरतो तेवढ्यात मैना रडून किंचाळून त्याचे लक्ष आपल्याकडे ओढून घेते.)

गणोजी : (तिच्या जवळ येऊन) खरंच मेलेला है.

मैना : खरंच म्हंजे? खोटं वाटतंय तुला? असं कसं कुकू फरफाटलं हे माजं... (गळा काढते.)

गणोजी : तसं न्हवं, म्हाराज म्हणाले, काय झालं ते परत्यक्ष बगून ये. सोकाजीच मेला आहे का म्हणले –

मैना : मी काय गंमत म्हणून रडतीय व्हय रं?

गणोजी : हे फार वाईट झालं. सोकाजीरावसारखा तरणाताठा मनुक्ष एकदम खलास व्हावा म्हंजे काय म्हणावं.

मैना : आता मी काय करू रे गणोजी?

गणोजी : रडू नकोस. झाली गोष्ट हून गेली. आता त्याला काई विलाज है का?

मैना : कसला विलाज बाबा?

गणोजी : रडून काय मेलेलं माणूस परत येत न्हाई. कसं?

मैना : (डोळे पुशीत) खरं हाये.

गणोजी : रडरड रडशील, किती रडशील?

मैना : व्हय की –

गणोजी : आता पुढचा इचार काय ठरवलाय?

मैना : माणसं येत्यालच इतक्यात. भजनी दिंडीबी येनार हाय.

गणोजी : त्यो इचार म्हणत न्हाई मी?

मैना : मग?

गणोजी : तुजा पुढचा इचार काय? तरणीताठी बाई तू. पुन्हा रूपानं

अशी. तुजं पुढं कसं व्हायाचं?

मैना : काय देवाच्या मनात आसल तसं हुईल.

गणोजी : देव काय करतो? आपुणच ठरवायचं आन् काय?

मैना : म्हंजे?

गणोजी : आता माझंच बग की. बायकू पळून गेली. तवापासनं एकलाच हाये मी.

मैना : (उपरोधाने) खरं म्हणतोस काय?

गणोजी : (जवळ येत लाडेलाडे) तर गं. काय करमतच न्हाई. कसा टाईम घालवाचा ते कळतच न्हाई.

मैना : एक झाडू घ्यावा मोठ्ठा. आन् सबंध राजवाडा साफ करावा. टाईम घालवायला काय उशीर.

गणोजी : तसं व्हय गं. एकला जीव. काय करमणूक न्हाई. पोटापाण्याची तर लई आबदा....

मैना : तरीच वाळला बरे का तू गणोजी... तरी बरं, म्हाराजांचं ताट पयलांदा तूच उडीवतोयस.

गणोजी : ह्यः... घरच्या जेवण्याखाण्याची त्याला काय सर येतीय का? मैने माझं ऐक.

मैना : बोल की रं.

गणोजी : तू एकली. मी एकला. होऊन जाऊ दे एकदा. लई मज्जा यील. (चमकून) आं? सोकाजीचा हात वर गेलेला दिसला का तुला?

मैना : तुला भास झाला आसंल. मेलेलं मनुष्य हात वर करत आसतं व्हय?

गणोजी : तसं काय तरी मला दिसलं आता.

मैना : म्हाराजांकडचं काम घेऊन आलायस ना? जा लवकर.

गणोजी : निघालोच की. पण एक सांगू? तुझी माजी जोडी झकास दिसंल. आता मेलेल्याबद्दल वाईट सांगू ने. पण सोकाजी काय तुला मेचिंग एवढा नव्हता. (घाबरून) अरेच्या, आता त्याचा पाय वर गेल्यासारखा दिसला का तुला?

मैना : न्हाई बाई.

गणोजी : मग मला भास झाला. आता तुला खरं सांगायला हरकत न्हाई. सोकाजी पयल्यापासनं नंबरी मनुष्य. लई भानगडी त्याच्या. मला इचार?

मैना	:	असं?
गणोजी	:	आता मेलेल्याबद्दल वाईट बोलू ने. पण लई सांडशिंटलीचा. धापाच बायांची तरी खेटरं खाल्ली असत्याल. पण लाज म्हणून न्हाई.
मैना	:	खरं म्हणता?
गणोजी	:	आता तुझ्यापाशी लबाड बोलून काय मिळवायचं... आन् आसं है – मेलेल्या मानसाबद्दल वाईट बोलू ने... तरणी पोरगी दिसली की, मागं मागं हिंडायचा. सारखा लाईन मारायचा.
मैना	:	तुला रं काय म्हाईत?
गणोजी	:	मी त्याच्याबरोबरच असायचा ना सारखा....
मैना	:	मग बराबर हाये.
गणोजी	:	मेलेल्याबद्दल वाईट बोलू ने. पन तुला म्हणून सांगतो. म्हाराजांनी ह्यापायी चाबकानं सडकला हुता त्याला एकदा.
मैना	:	हे न्हवतं मला म्हाईत.
गणोजी	:	मग सांगतो काय तर!
मैना	:	म्हंजे काय झालं काय?
गणोजी	:	आगं, तुझ्यासारखीच रुपवान बाई. चालली हुती बोळातनं. ह्यानं हात धरला तिचा न् काय... हा आसा (मैनेचा हात धरतो.)
मैना	:	(झटकन हात सोडवून घेऊन) हां हां, लांबनं जरा.
गणोजी	:	अगदी करेक्ट... आसंच ती बाई बोलली. आसाच हात सोडवून घेतला तिनं. पण पुन्हा जवळ गेला गडी तिच्या – (मैनेजवळ जातो.) अन् पुन्हा असा हात धरला तिचा – (मैनेचा हात धरतो.)
मैना	:	(हात सोडवून घेऊन) बरं बरं, आता जा की मुकाट्यानं, न्हाईतर म्हाराज तुला चाबकानं सडकत्याल.
गणोजी	:	अगं व्हय की... बाकी, म्हाराजांचा लाडका हुज्या आता मीच है... तू नुसतं व्हय म्हण. कशी फुलावाणी ठिवतो तुला.
मैना	:	मागनं बगू.
गणोजी	:	सावकास. काय गडबड न्हाई. तेरा दिस हूं जाऊ देत. मग आपुण ठरवू.

मैना	:	बरं बरं, ये चौदाव्या दिवशी. मग ठरवू.
गणोजी	:	मग मी जातो. तेवढं लक्षात असू दे म्हंजे झालं –
		(पुन्हा एकदा सोकाजीकडे नीट न्याहाळून पाहतो आणि
		घाईघाईने जातो.)
सोकाजी	:	(उठून बसत) काय हालकट मनुष्य हाये साला. माझ्या
		तोंडावर माझ्या बायकोला इचारतो.
मैना	:	(त्याच्याकडे रोखून बघत) उगीच पालिशी करीत बसू
		नका. कुणा-कुणाची खेटरं खाल्ली ते सांगा.
सोकाजी	:	ह्याँ:... अगं त्यो काय सांगतो लुच्च्या. आन् तू काय
		ऐकतीस.
मैना	:	त्याला लबाड बोलायचं काय कारन हाय?
सोकाजी	:	मी मेलो ना... तुझ्यावर इंजेक्शन मारायचंय.
मैना	:	तुमी काय हैत मला म्हाईत हाय.
सोकाजी	:	मग बोंबल खुशाल.
मैना	:	खेटरं न्हाई खाल्ली?
सोकाजी	:	आजाबात न्हाई. एकदोन जोडे खाल्ले व्हते. पण खेटरं?
		अरे हॅट....
मैना	:	धापाच बाया.
सोकाजी	:	बाया मुळीच नव्हत्या. तरण्याताठ्या पोरी व्हत्या. त्यांना
		बाया म्हणतोय व्हो. काही अक्कल? (उठून आळोखेपिळोखे
		देत. खिडकीकडे जातो. एकदम दचकून ओरडतो.) बापरे...
		आगं, आली... आली... आली –
मैना	:	कोण आली?
सोकाजी	:	(गडबडीने) ती कोकिळा गं! राणीसायेबांची दासी. एक
		आवाज सोडून बाकी सगळं कोकिळेसारखं हाय तिचं.
मैना	:	(घाबरून) राणीसायेबांनीच पाठविलं असणार तिला.
सोकाजी	:	करेक्ट....
मैना	:	म्हंजे आता मला मेलं पायजे.
सोकाजी	:	करेक्ट....
मैना	:	आन् तिच्याशी बातचीत करणार?
सोकाजी	:	करेक्ट....
मैना	:	कामापुरतंच बोला.
सोकाजी	:	आपल्याला काय काम झाल्याशी कारण.

मैना	:	बगा हां.
सोकाजी	:	शुः... येळ घालवू नगस. चल पड. मिट डोळं.
		(मैना घोंगड्यावर प्रेतासारखी पडून राहते. सोकाजी तिच्या अंगावर चादर टाकतो. बाजूला दुःखी मुद्रा करून बसून राहतो.)
मैना	:	(एकदम उठून) पावडर नीट हाये ना हो तोंडाला?
सोकाजी	:	(चिडून) सगळं जितल्या तिथं हाये. मर लवकर, हां. आस्सं!
		(मैना डोळे मिटते. कोकिळा प्रवेश करते.)
सोकाजी	:	(एकदम गळा काढून) कोकिळे, माझी मैना गेली की गं मला सोडून.
कोकिळा	:	आता रडून काय बरं हुणार सोकाजीराव
		(मैनेजवळ जाऊन ती मेली आहे याची खात्री करून घेते.)
सोकाजी	:	खरं हाय.
कोकिळा	:	देवाची मर्जी म्हणायची. दुसरं काय....
सोकाजी	:	अगदी खरं.
कोकिळा	:	न्हाई आपल्या नशिबात म्हणायचं अन् गप बसायचं.
सोकाजी	:	खरं ग खरं (कोकिळा मैनेच्या छातीला कान लावून पाहते. हे पाहून एकदम हांबरडा फोडतो.) देवा, माझा संसार अर्धा करून गेली की रं. आता पुढचा आर्धा कोण करल कोकिळे?
कोकिळा	:	(जवळ येऊन) तुमच्यावर लई वंगाळ परसंग आला.
सोकाजी	:	बाकी एका अर्थानं गेली तेही बरं झालं.
कोकिळा	:	म्हंजे?
सोकाजी	:	आलीकडं लई भांडायची माझ्याशी. भांडणावाचून एक दिस फुकट गेला न्हाई.
कोकिळा	:	काय म्हणता काय सोकाजीराव?
सोकाजी	:	जीव नुसता हैरान झाला हुता माझा. बरं झालं. एकदा मोकळा झालो. आता अंगाला राख फासतो आन् गोसावी हुतो. जातो काशी-रामेश्वर कुठंतरी.
कोकिळा	:	नका, नका. सोकाजीराव, आसं करू नका.
सोकाजी	:	मग आता कुणापायी जीव गुतवू हितं सांगा. कोण हाये आपल्या जीवाभावाचं? हाय कुणी?

कोकिळा : बगितलंत नीट तर दिसंल.

सोकाजी : म्हंजे?

कोकिळा : (लाजतलाजत) जास्त बोलायलाच पायजे का?

सोकाजी : काय म्हणतीस काय तू? खरं?

कोकिळा : कवापासनं माजा जीव हाय तुमच्यावर. पण ही सटवी माझ्या आड आली.

सोकाजी : सटवी? आगं हाडळ म्हण हाडळ....

(मैना त्याच्या पाठीत जोरात धपका घालते. सोकाजी एकदम ओरडतो.)

कोकिळा : (दचकून) का हो वरडायला काय झालं?

सोकाजी : जरा छातीत एकदम ब्लडप्रेशर वाढलं.

कोकिळा : मी चोळून देऊ का छाती? (जवळ येते.)

सोकाजी : न-न्हाई. आता बरं वाटतंय.

कोकिळा : खरंच सोकाजीराव. मैना काय तुमाला शोभत नव्हती. कुणीकडं तुमी. कुणीकडं ती.

सोकाजी : शुः... कुणीकडं ती काय? हितंच हाये ना ती. गप बस.

कोकिळा : आता काय संपलं. पण लई नटरंगी बाई.

सोकाजी : हे नव्हतं माहीत.

कोकिळा : म्हाराज आले ना राणीसाहेबांकडं की, त्यांच्या तोंडाकडंच बगत हुभी ऱ्हायची.

सोकाजी : अरं तिच्यामारी....

कोकिळा : (लाजतलाजत) सोकाजीराव, तुमचीमाजी जोडी कशी दिसंल?

सोकाजी : अगदी खिलारी.

कोकिळा : तुमी मदन, तर मी रती. तुमी शंकर तर मी पारबती. तुमी राम मी द्रोपदी.

सोकाजी : द्रोपदी न्हवं, शीता म्हणायचं आसल तुला.

कोकिळा : खरंच की, राम आणि शीता. द्रोपदी म्हंजे लक्ष्मणाची का?

सोकाजी : काई बिघडलं न्हाई. मुद्दा समजला मला.

कोकिळा : (त्याच्याजवळ येऊन) सोकाजीराव, पुराणनाथा, प्राणप्रिया (मैना खाकरते.) आता कोण खाकरलं?

सोकाजी : (सावरून घेत) हा हाः.. कुणी न्हाई. मीच. तू मला

		प्राणनाथा म्हणलीस ना? एकदम गहिवरून आलं मला.
कोकिळा	:	(लाजत लाजत गाण्याच्या ओळी म्हणते) –
		'दोन जिवांचं भांडण मिटलं
		सांगा राया मी नाई कधी म्हटलं....'
सोकाजी	:	(तिला दूर करीत) भांडण मिटलं कसं... भांडण आता
		सुरू हुईल.
कोकिळा	:	म्हंजे?
सोकाजी	:	ते तुला न्हाई कळायचं. जा लवकर आता. राणीसायेबांचं
		काम आसल काईतरी.
कोकिळा	:	आगं बया, खरंच की! त्यांनी मला टाईमशीर यायला
		सांगितलं हुतं. जाते मी.
सोकाजी	:	बरं....
कोकिळा	:	पुन्हा येतेच.
सोकाजी	:	या (कोकिळा घाईघाईने जाते.) हं... उठा सरकार, गेली
		पीडा.
मैना	:	(उठून बसत रागाने) प्राणप्रिया, प्राणनाथा –
सोकाजी	:	ओ....
मैना	:	तुमी मदन काय?
सोकाजी	:	मी नाई म्हणालो, ती म्हणाली.
मैना	:	आन् ती 'रती' काय?
सोकाजी	:	आगं आसं ती म्हणाली.
मैना	:	दोन जिवांचं भांडण मिटले काय?
सोकाजी	:	आसं ती म्हणाली.
मैना	:	अहाहा... दिवे ओवाळा त्या रतीवरनं आन् या मदनावरनं.
		कुत्री मेली. मला नटरंगी म्हणती टवळी.
सोकाजी	:	न्हाईतर काय. फाजील कुठली. पण काय गं म्हारांजांच्या
		तोंडाकडंच बगत व्हातीस. हे खरं हाय का?
मैना	:	साफ खोटं हाये ते.
सोकाजी	:	आन् मी म्हणतो बगीतलं तर काय बिगडलं? हिच्या
		बापाचं काय गेलं त्यात? आन् नुसतं बगतच हुतीस ना तू.
		जास्त काय केलं न्हाईस ना तू. मग झालं तर!
मैना	:	साफ खोटं हाये ते म्हणतेय ना मी.
सोकाजी	:	किती झालं तरी ते म्हाराज हायेत आपले. बगत नसशील

तर बगत जा आसं म्हणतो मी उलट.

मैना	:	पुरे, पुरे.
सोकाजी	:	म्हाराजांनी कधी तुझ्याकडं बगितलं का गं?
मैना	:	पुरे म्हणते ना मी.
सोकाजी	:	दोन जिवांचं भांडण मिटलं?
मैना	:	मिटलं. मिटलं. मग तर झालं?
सोकाजी	:	मग मी न्हाई कधी म्हटलं?
मैना	:	काय चावटपणा चालविलाय. आता ही दोन भुतं जाऊन म्हाराजांना आन् राणीसायेबांना –
सोकाजी	:	आता खरी मजा है.
मैना	:	सगळी मजा दिसतीया तुमाला. आता दोघंबी समक्ष आले म्हंजे मग?
सोकाजी	:	पुढचं पुढं. त्याचा इचार आतापासनं कशाला. तू आसं कर. ह्या खिडकीपाशी ऱ्हा. मी तिकडं उभा ऱ्हातो. बगू काय होतंय ते.

(दोघेही घाईघाईने दोन दिशांना जातात.)

(पहिल्याप्रथम राणीसाहेबांचा कारभारी आणि महाराजांचे प्रधानजी एकमेकांशी वाद घालीत येतात. विषय – कोण मेले हाच. भांडताभांडता दोघेही नकळत बाजू बदलून भांडू लागतात. म्हणजे 'मैनाच मेली' असे प्रधानजी म्हणतो, तर 'सोकाजी मेला' असे कारभारी बोलतो. तेवढ्यात आतून महाराज आणि राणीसाहेब हाच वाद करीत प्रवेश करतात. त्याबरोबर दोघेही खरी बाजू लक्षात घेऊन पुन्हा भांडतात. दोघांच्या मागेमागे फिरतात.)

(महाराज आणि राणीसाहेब दोघांच्याही मुद्रा क्षुब्ध आहेत.)

महाराज	:	बस्बस्... आमचं म्हणणं खोटं ठरलं तर एक शिनेमा थेटर तुमच्या नावानं करून देऊ मग तर झालं?
राणी	:	अन् माझं म्हणणं खोटं ठरलं तर –
महाराज	:	तर काय?
राणी	:	तर रोज महालात यायची पर्मिशन दीन मी.
महाराज	:	बेस्ट काम झालं... आता रोज महालात येतो की न्हाई बगा. आमी जिंकणार.
राणी	:	मुळीच नाही. आमीच जिंकणार. शिनमा थेटर गेलं म्हणून

समजा.

महाराज	:	जाईल कसं? सोकाजी मेलेला आहे.
राणी	:	ना... ही... मैना मेलेली आहे.
महाराज	:	सो-का-जी.
राणी	:	मै-ना.
प्रधानजी	:	थांबा सरकार. आत्ता दोन मिंटात कपाळमोक्ष हुईल.
महाराज	:	कपाळमोक्ष?
प्रधानजी	:	(जीभ चावून) अं – 'सोक्षमोक्ष' म्हणायचं होतं मला. आत्ता यीलच गणोजी हुजऱ्या. त्यो सांगलंच – (गणोजी येतो.) हा आला बगा.
महाराज	:	बोल गणोजी, कोण मेलं?
गणोजी	:	(मुजरा करून) महाराज, आपल्या आर्डरप्रमाणं मी हितनं निघालो का –
महाराज	:	बरं मग? पुढं?
गणोजी	:	बाहेर पडलो. पहिला चौक वलांडला. तिथला चौकीदार म्हणला, का गणोजी आज एवढी गडबड? मी म्हनलं – तुला लेका काय करायच्यात या चौकशा? – पुढं गेलो – दुसरा वलांडला. तिथला चौकीदार म्हणाला –
महाराज	:	खड्ड्यात गेला तो चौकीदार – पुढं काय झालं ते सांग.
गणोजी	:	जी हुजूर. तिसरा चौक वलांडला. तिथं लई मजा.
महाराज	:	(ओरडून) मूर्खा, थोडक्यात सांगशील तर काय मरशील?
गणोजी	:	आज्ञा महाराज. सोकाजीच्या घरापाशी गेलो. बाहेर सगळी सामसूम. आत बघतो – सामसूम. आणखी आत गेलो – बघतो तर काय?
महाराज	:	काय दिसलं गणोजी? बोल लवकर.
गणोजी	:	फारच भयंकर... लई विलक्षण गोस्ट.
राणी	:	मैना मेलेली दिसली. आसंच ना?
महाराज	:	तुमी मधीमधी बोलू नका. बोल गणोजी.
गणोजी	:	बघून डोकं गुंग झालं. राणीसरकार, आपली तर आक्कलच चालंना.
राणी	:	म्हंजे?
महाराज	:	आता सांगतोस लवकर, का गळा दाबू तुजा?
गणोजी	:	सोकाजी –

महाराज	:	हां –
गणोजी	:	त्यो मरून पडलेला. आन् मैनाबाय त्याच्या उशाशी बसल्याली. मी म्हनलं, बाई रडू नगंस.
महाराज	:	ऐकलंत? आता काय म्हणणं आहे?
राणी	:	फाजील लुब्रा मेला. महाराजांची थुंकी झेलायची एवढंच ठाऊक तुला. खुशाल खोटं बोलतोस. ते काही नाही. माजी दाशी कोकिळा येऊ दे. ती काय म्हणते ते ऐकू दे मला....
महाराज	:	आता गणोजी कशाला खोटं सांगील?
राणी	:	तुमचाच चाकर तो. खोटं बोलणं सफाईनं, आन् खुशमस्करी करणं याबिगर केलंय काय ह्यानं आत्तापत्तुर?
महाराज	:	मग बोंबला आता... कुणावरच इश्वास न्हाई म्हंजे कमाल झाली.
राणी	:	कुणावर न्हाई कसा? कोकिळेला येऊ दे ना. (कोकिळा येते व मुजरा करते.) – ही आली बगा. कोकिळे, तू सांग खरं काय ते.
कोकिळा	:	(एकदम हंबरडा फोडून) राणीसरकार, राणीसरकार, असं कसं झालं हो? आसा कसा हो दैवानं दावा साधला हो?
राणी	:	काय झालं कोकिळे? नीट पाईंटशीर सांग बरं.
कोकिळा	:	(रडत, रडत) तिथं जाईपर्यंत मला खरं वाटलं न्हाई हो.
राणी	:	आगं हो... पण काय झालं ते तर आधी सांगशील.
कोकिळा	:	आसा परसंग वैऱ्यावरसुधा येऊ ने बाईसाहेब.
राणी	:	(रागाने) – आता बोलतेस घडाघडा का देऊ एक थोबाडीत ठेवून?
कोकिळा	:	सरकार, मी तिथं गेले आन् बघितलं तर काय?
राणी	:	काय?
कोकिळा	:	देवा, असं कसं रे केलंस? (रडू लागते.)
राणी	:	कारभारी हिला द्या बरं ठिवून एक टिंबा.
कोकिळा	:	(एकदम गप्प होऊन) सांगते ना सरकार.
राणी	:	कोण मेलं? चटदिशी कोण मेलं ते सांग.
महाराज	:	सोकाजी मेलेला दिसला आसंच ना?
प्रधानजी	:	दुसरं काय दिसनार तिला?
गणोजी	:	मैना मेलीय असं थोडंच सांगनार हाय ती? व्हय की न्हाई गं? (तिच्याजवळ जातो.)

कोकिळा : चल मेल्या चालतो हो... खोटारडा कुठला!

गणोजी : म्हंजे?

कोकिळा : बाईसाहेब, मी गेले तिथं आन् बगितलं तर मैना खरंच मरून पडलेली.

राणी : अगदी पूर्ण मेलेली?

कोकिळा : अगदी कंप्लीट मेल्याली सरकार. डोळे बंद, छाती बंद, आंग गारढोण पडल्यालं आन् हात आशे, पाय आशे, तोंड वासलेलं – (करून दाखवते.)

महाराज : अन् सोकाजी?

कोकिळा : तो बिचारा रडत बसलेला तिच्या उशाला. दुसरं काय करनार? मला म्हणाला तू आलीस बरं वाटलं.

राणी : (महाराजांना उद्देशून) – आता?

गणोजी : साफ खोटं हाये हे.

राणी : चूप मेल्या.

गणोजी : आईशपथ राणीसरकार. सोकाजी मेलाय. माझ्या डोळ्यांनी समक्ष बगून आलोय मी.

कोकिळा : अहँहँ... म्हणे सोकाजी मेलाय. मैनेचा मुडदा मी समक्ष बगून आलीय. ह्या, ह्या डोळ्यांनी बगितलंय. तू काय सांगतोस हालकटा.

गणोजी : पण –

राणी : चूप.

महाराज : (गंभीरपणे) आता मात्र माझी पूर्नपणे खात्री पटली.

राणी : काय म्हणून?

महाराज : हा समदा चावटपण हाये. आणि –

राणी : आणि?

महाराज : आणि सोकाजीच खरा मेलेला है. मैनाच अजाबात मेल्याली न्हाई.

कोकिळा : पण महाराज –

महाराज : चूप बस –

कोकिळा : पण –

गणोजी : चूप.

महाराज : मधीमधी बोलशील तर जीभ कापून ठिवीन हातावर.

गणोजी : वाटंल ते सांगायचं म्हंजे काय?

कोकिळा : राणीसायेब... मी खोटं बोलत न्हाई. मैना मेली मी बगून आलेय.

गणोजी : सोकाजी मेलाय.

कोकिळा : मैना.

गणोजी : सोकाजी.

कारभारी : मी तर काय सांगतोय मग – मैना.

प्रधानजी : तेच मी सांगतोय – सोकाजी.

राणी : (ओरडून) चूप मैना.

महाराज : (दुप्पट ओरडून) खबरदार – सोकाजी.

(राणीसाहेब, कारभारी आणि कोकिळा हे तिघेही एका बाजूला होऊन एका सुरात 'मैना' असे ओरडतात. त्याबरोबर महाराज, प्रधानजी आणि गणोजी हे एका बाजूला होऊन एका सुरात 'सो-का-जी', असे ओरडतात. यातूनच गोंधळ सुरू होतो. तिन्ही जोड्या हमरीतुमरीवर येऊन भांडू लागतात. सगळ्यांचीच बोलाचाली एकाच वेळी चालते आणि शेवटी गोंधळ इतका वाढतो की, कुणाचे कुणाला समजेनासे होते. शेवटी –)

महाराज : (दोन्ही हातांनी डोके धरून किंचाळतात.) बस्, बस्... डोस्कं फिरून गेलंय आमचं.

राणी : फिरायला होतं कधी?

महाराज : ते काही न्हाई. आपण समक्ष तिथं जाऊन शहानशहा करू. म्हंजे तर झालं?

राणी : अस्सं? मग चला तर. समक्ष जाऊन बगू. होऊन जाऊ द्या एकदा.

गणोजी : तिथं गेल्यावर काय दिसनार है? सोकाजीचा मुडदा. बगा तुमी.

कोकिळा : गप्प ये मुडद्या गप्... लोचट मेला. मैनाच मेल्याली दिसतीया का न्हाई बघशील तू.

गणोजी : प्राण गेला तरी मैना मरणं शक्य न्हाई.

कोकिळा : जीव गेला तरी सोकाजी मरणं अशक्य.

गणोजी : सोकाजी –

कोकिळा : मैना –

महाराज : (ओरडून) खामोश! चूप बसा सगळे. न्हाईतर टाळकं

फोडीन एकेकाचं. आता प्रत्यक्ष बगितल्याबिगर बोलणं बंद. चला, समदी चला. हा सूर्य अन् हा –

प्रधानजी : हा चंद्र. आसंच ना?

महाराज : (ओरडून) चूप बसा तुमी बी... हा सूर्य आन् हा जयद्रेथ. समक्ष करून टाकू – चला राणीसरकार. सुटा समदे हितनं.

(सगळेच लगबगीने जातात.)

(मैना घाबरीघुबरी होऊन एका बाजूने प्रवेश करते. ओरडून हाक मारते. दुसऱ्या बाजूने सोकाजी लगबगीने धावत येतो.)

मैना : म्हणलं न्हाई तुम्हाला, काय तरी घोटाळा हुईल म्हणून?

सोकाजी : बरं मग?

मैना : झालाच.

सोकाजी : कुटं झालाय?

मैना : बघा ना खिडकीतनं. डोळे फुटले का तुमचे? कोण येतंय ते बगितलं न्हाई का?

सोकाजी : (खिडकीतून पाहात शांतपणे) आरं तिच्या मारी... समदा ताफाच्या ताफा सुटलाय की हिकडं. मधी खरबुज्या तोंडाचा कोण हाय त्यो?

मैना : ते म्हाराज हैत.

सोकाजी : अरं व्हय की... अन् त्यांच्या पलीकडं ती लंगडी बाई है–

मैना : त्या राणीसरकार हैत.

सोकाजी : वाटलंच मला... आणखी कोणकोण हैत?...त्यो हालकट गणोजी –

मैना : अन् ती लुब्री कोकिळा.

सोकाजी : दोन गाढवंबी संगट हैत. कारभारी अन् प्रधानजी.

मैना : मग सांगते काय मघापासनं तुमाला.

सोकाजी : कँपच्या कँप हिकडं आलाय –

मैना : (घाबरून) आता हो? आता कसं करायचं?

सोकाजी : घाबरू नकोस. आलं अंगावर तर घेऊ शिंगावर.

मैना : म्हंजे?

सोकाजी : आता निराळी ट्रिक करायची.

मैना : तुमची एकेक ट्रिक म्हंजे दातखीळच बसतीय माजी....

सोकाजी : ऐक तर खरं.

मैना : काय?

सोकाजी : आता आपण दोघंबी मरून पडू. म्हाराज आन् राणीसरकार यांच्यात जोरदार मारामारी झाली असनार. कोण मेलं म्हणून ते बगायलाच हिकडं येत्यात नव्हं? मग झालं तर?

मैना : दोघंबी मरून पडू?

सोकाजी : हां, दोघानीबी ॲट ए टैम मरायचं.

मैना : मग आपल्यासाठी रडनार कोन?

सोकाजी : रडायला कशाला पायजे?

मैना : माणूस मेलेलं है आन रडायला कुणीच न्हाई – म्हंजे बरंच वाटत नाही जिवाला. कुणीतरी आसलं म्हंजे 'शो' बरा दिसतो.

सोकाजी : शाणीच हैस मोठी. चल, मर मुकाट्यानं.

मैना : मेल्यावर पुढं कायकाय करायचं?

सोकाजी : मेल्यावर आपण पुढं काही करायचं नसतं. बाकीचे बघून घेतील ते.

मैना : न्हाई, पण आपल्याला कल्पना आसलेली बरी.

सोकाजी : (खवळून) आता मरतीस का जीव घेऊ तुझा? किती चवकश्या करतीस....

मैना : तुमी पण मरणार ना?

सोकाजी : मरायलाच पायजे. न्हाईतर आपण दोघंबी ठार मेलो म्हणून समज.

मैना : मग मरा तर लवकर.

सोकाजी : हा बघ मी मेलो. आटप लवकर.

(दोघेही तोंडापर्यंत पांघरूण घेऊन निपचित पडून राहतात. मधेच पाठ खाजवतात. शिंकतात. पुन्हा मेल्यासारखे पडून राहतात.

बाहेर गलबला ऐकू येतो. 'सोकाजी', 'मैना' अशी नावे ऐकू येतात. महाराज, राणीसाहेब आणि बाकीचा सगळा कबिला घाईघाईने प्रवेश करतो. महाराज राणीसाहेबांशी वाद घालीतच येतात.)

महाराज : (प्रवेश करीत) समक्ष बगून खात्री करून घ्या (स्वत: बघून चकित होऊन गप्प उभे राहतात.) आं? हे काय?

राणी	:	(त्यांच्यामागून प्रवेश करीत) तेच मी म्हणतीय (बघून दचकतात.) आगं बया, हे काय?
महाराज	:	काय? दोघंबी मेली?
राणी	:	भुताटकी तर न्हाई झाली?
महाराज	:	(रागाने) गणोजी –
गणोजी	:	(कापत, कापत) आज्ञा सरकार.
महाराज	:	तू काय सांगितलंस आमाला?
गणोजी	:	स-सोकाजी मेला म्हणून.
महाराज	:	मग?
गणोजी	:	माजं म्हणणं खोटं कुठाय सरकार? हा काय सोकाजी मेलाय न्हवं का?
राणी	:	कोकिळे –
कोकिळा	:	जी बाईसाहेब.
राणी	:	तू आमाला काय सांगितलंस? मैना मेलीय म्हणून.
कोकिळा	:	मग माझं बोलनं कुठं लबाड है? ही काय मैना मरून पडलीय.
महाराज	:	(ओरडून) अरे पण शिंगलचं डब्बल कसं झालं?
राणी	:	दोघंबी कसे मेले?
प्रधानजी	:	मी सांगू हुजूर?... मला आसं वाटतं, म्हंजे माझं असं नम्र मत है – माझा असा तर्क आहे –
महाराज	:	काय तर्क आहे? लवकर बत्तिशी उघडा तुमची. व्याख्यान देऊ नका.
प्रधानजी	:	माझं आसं म्हणणं है – म्हंजे काय, माझी अशी धारणा हाये की, दोघं बी मेलेले हैत.
महाराज	:	वा, वा... मोठाच शोध लावलात तुमी? मेलेत दोघं हे तर समद्यांनाच दिसतंय. कसे मेले हे इचारतोय आमी.
प्रधानजी	:	तेच सांगतोय हुजूर. मला आसं वाटतं, म्हंजे माझा अंदाज है –
राणी	:	चूप... बडबड बंद करा. थोडक्यात सांगा.
प्रधानजी	:	जी बाईसाहेब... म्हणजे काय है – माझा आपला तर्क बरं का – पयल्यांदा सोकाजी मेला.
राणी	:	बरं –
प्रधानजी	:	त्याच्या शोकानं मैना मेली असावी. एकदम शाक बसून.

महाराज	:	पण सोकाजी कशानं मेला?
प्रधानजी	:	उघडच आहे... मैना मेली ना? त्याच्या धक्क्यानं सोकाजी मेला असावा.
महाराज	:	आसं आसं... म्हंजे सोकाजी मेला म्हणून मैना खलास, आन् मैना खलास म्हणून सोकाजी खतम आसंच ना?
प्रधानजी	:	व्हय महाराज... म्हंजे माझा आपला हा अंदाज हां.
महाराज	:	प्रधानजी, तुमी एकदा आपलं डोस्कं तपासून घ्या...वा...काय विद्वत्ता हाये....
कारभारी	:	हं... काय तर्क है... राणीसरकार मी सांगू? मला वाटतं, दोघंबी एकदम मेली असावीत.
राणी	:	एकदम मेली? कशामुळं?
कारभारी	:	एकमेकांच्या मरणाचा धक्का बसून.
राणी	:	मूर्ख आहात तुमी. गप बसा. (महाराजांस) महाराज, आता तरी पटली ना आपली खात्री?
महाराज	:	कसली खात्री पटली.
राणी	:	मैनाच आधी मेली. त्याच्या धक्क्यानं बिचाऱ्या सोकाजीचा प्राण गेला.
महाराज	:	मुळीच नाही. सोकाजीच आधी मेला. त्या शाकनं त्याची बायको खलास झाली. (दोघांजवळ जाऊन निरखून पाहतो.) स्पष्टच दिसतं हा मुडदा ताजा आहे. हा जुना आहे.
राणी	:	तुमी उगीच वाद वाढवू नका हां.
महाराज	:	तेच मी आपल्याला सांगतोय.
राणी	:	मैना –
महाराज	:	सोकाजी – (पुन्हा गोंधळ होतो. सगळेच एकमेकांशी भांडू लागतात. कुणाचे कुणाला समजेनासे होते. – शेवटी महाराज पुन्हा एकदा आपले डोके दोन्ही हातांनी घट्ट दाबून ओरडतात.)
महाराज	:	खामोश...चूप ...शांतता. क्वाएट प्लीज. (एकदम शांतता) – छे छे, आता मात्र वेड लागायची पाळी आलीय. कोण आधी मेलं? मैना का सोकाजी? सोकाजी का मैना? बस् बस्... जो कोणी मला खात्रीपूर्वक सांगेल त्याला पाचशे रुपये बक्षीस.

प्रधानजी : रोख?

महाराज : रोख, हार्ड कॅश.

राणी : मग माजंबी बक्षीस. जो कुणी नक्की सांगेल त्याला माजेबी पाचशे रुपये.

सोकाजी : (एकदम उठून बसतो.) महाराज, मी आधी मेलोय – काढा हज्जार रुपये.

मैना : (एकदम उठून बसते.) महाराज, मी आधी मेलेय. ते हजार रुपये हिकडं द्या.

सोकाजी : छट्... मी आधी मेलो.

मैना : वारेवा... मी आधी मेले.

(दोघेही भांडू लागतात. महाराज आणि राणीसाहेब भोवळ येऊन पडतात. गणोजी आणि कोकिळा त्यांना सावरतात. कारभारी आणि प्रधानजी वारा घालतात. तोंडावर पाणी शिंपडतात – हळूहळू दोघेही शुद्धीवर येतात.)

महाराज : (किंचाळून) मी आधी मेलो. बापरे....

राणी : (ओरडून) मी आधी मेले... आई गं....

(दोघेही सोकाजी आणि मैना यांच्याकडे पाहतात आणि पुन्हा कोसळतात. बाकीचे पुन्हा त्यांना सावरतात. दोघेही पुन्हा शुद्धीवर येऊन उठून उभे राहतात.)

महाराज : सोकाजी हा काय प्रकार आहे?

सोकाजी : (पाय धरून) महाराज अभय असावं. म्हंजे सगळं सांगतो.

महाराज : आहे. पुढं बोल.

सोकाजी : आमी मेलो न्हवतो. मेल्याचं सोंग केलं हुतं.

राणी : मैने, खरं हाये हे?

मैना : (पाय धरून) व्हय बाईसाहेब. दाशीला क्षमा करावी.

महाराज : पण कशासाठी?

सोकाजी : महाराज, लगीन झाल्यापासनं फार चैन केली. तुमी दिलेला पैसा समदा उडवला.

मैना : (हुंदके देत) व्हय राणीसरकार, समदा पैसा उडविला ह्यांनी.

सोकाजी : कर्ज झालं, देणेकऱ्यांची लाईन लागली घरी हिच्यामुळं.

राणी : बरं मग?

सोकाजी : लई देणंपाणी झालं म्हणून आमी इचार केला की, मरून जावं. मेलं म्हंजे हजार रुपये मिळत्यात आपल्याकडनं.

महाराज : अरे चोरा!

मैना : म्हणून मीबी मेले.

राणी : अगं टवळे!

सोकाजी : क्षमा करावी म्हाराज. प्लीज –

महाराज : सरकारचा पैसा तुमच्या चैनीसाठी है व्हय रे हरामखोरांनो?

प्रधानजी : जंतेचा पैसा असा उडविला! नालायक!

महाराज : प्रधानजी, तुमी गप बसा.

राणी : जाऊ द्या म्हाराज. एकवार ह्येना माफी देऊन टाका.

सोकाजी : राणीसाहेबांचा विजय असो!

महाराज : कितीबी झालं तरी सोकाजी आमचा लाडका हुजऱ्या है. आमी त्याला एकवार माफ केल्यालं है.

मैना : अहाहा! धन्य हो महाराज.

प्रधानजी : महाराजांचा विजय असो. (ओरडून) बोला –

महाराज : (खेकसून) चूप!... प्रधानजी, आमच्या शिकारीची तैयारी करा. सोकाजी –

(एवढ्यात बाहेर वाद्यांचा कलकलाट होतो. टाळ-मृदंगाचा दणका ऐकू येतो. सगळी मंडळी चमकून पाहतात. भजनी मंडळाचा ताफा प्रवेश करतो.)

महाराज : तुमचं काय काम है रं हितं?

एकजण : कुणीतरी गचकलंय ना? आमाला बोलावणं आलं म्हणून इचारतो.

सोकाजी : तुम्ही म्हंजे – ते शनवार भजनी मंडळ?

एकजण : करेक्ट... कुणीबी वर जाऊ द्या. आमी भजनाला कध्धी न्हाई म्हणत नाई. (महाराजांना उद्देशून) कोन तुमचीच बायको मेली ना?

राणी : चूप मेल्या! चला चालते व्हा –

मैना : असू द्या राणीसरकार. लई हावशी माणसं हैत,

(भजनी मंडळी तेथेच 'आम्ही जातो आमुच्या गावा! अमुचा रामराम घ्यावा' हे भजन तालासुरात सुरू करतात. टाळमृदंगांचा दणका सुरू होतो. सर्व जण त्यांच्याकडे टकमक पाहत असतानाच –)

पडदा

'मी लाडाची मैना' या वगनाट्यासाठी कै. ग. दि. माडगूळकर यांनी केलेली गीतरचना.

गण

श्रीगणेशा, विद्याधीशा, आम्हा पाठी राहा उभा
रसिकजनांची बसे सभा ।।
वरद करी हे गजवदना
वर आम्हासी दे ।
इंद्रधनुसम रंगपीठ हे
रंगांनी शोभू दे ।
अभिनय-गायन उभय कलावर तुझी पडू दे प्रभा
रसिकजनांची बसे सभा ।।
या रसिकांचे मनोविनोदन
नाट्य-दर्शने करू ।
भाव-विभावा आणि नवरसा
सद्भावे आदरू ।
आम्हामधल्या मुक्या गुणांना मधुर फुटू दे जिभा
रसिकजनांची बसे सभा ।।

गौळण (१)

शिरी घट लोण्याचे
मुखी स्वर गाण्याचे
झपाझप चाला गं, मथुरा दूर ।।
निघायास हो उशीर फार
इथेच झाली ऐन दुपार
झपाझप चाला गं, मथुरा दूर ।।
हा यमुनेचा आला घाट
इथेच घेती पोरे पाठ
झपाझप चाला गं, मथुरा दूर।।

कदंबबुंध्यामागे चोर
यशोमतीचा चावट पोर
 झपाझप चाला गं, मथुरा दूर ॥

तो मुरलीचे घुमवील सूर
नका होऊ गं, त्यातच चूर
 झपाझप चाला गं, मथुरा दूर॥

गौळण (२)

तुझी मूठ भारी दणकट, सोड मनगट नंदाच्या लेका,
पुढं निघुन गेल्या गवळणी मारिती हाका ॥
 या वेळी मला दे मुभा, जाऊ दे
 घट अफुट शिरी वल्लभा, राहू दे
 सखिजना आपुल्या जिभा, चावु दे
 करू नको जराही लगट, नीट दे वाट,
 सोडुनि हेका, नंदाच्या लेका ॥
 बाजार करूनि परतते नदितटी
 एकांति तुला भेटते, एकटी
 खांद्यास अशी टेकते, हनुवटी
 लाडात उभयता हसू, जोडीनं बसू
 शिळेवर एका, नंदाच्या लेका ॥
 हे वचन तुला मी देते, माधवा
 कालिंदि शपथ सांगते, यादवा
 थोड्यात गोडि नांदते, केशवा
 चौमुखी गोष्ट जाईल आणि होईल,
 नगरभर डंका, नंदाच्या लेका ॥

वग

नवलपूर नगर आहे एक भरतवर्षात
राजवंश जुना तेथला बहुत विख्यात
संपत्ती महामूर त्याची थोर दानत
दासदासी, प्रजाजन सारे असती सौख्यात, हां जी ॥

त्या वंशी नांदला एक राजा खंडेराव
एकुलती एक राणी त्याची मदालसा नाव
दोघांचाही वंशपरंपरागत उदार स्वभाव
त्यांना कलांची आवड मोठी
दोन दरबार दिवसाकाठी
मनरंजन करण्यासाठी
राजकामात दक्कल थोडी
राजाराणीला नाचात गोडी
असाच एकदा भरला मनरंजनाचा दरबार
राजाराणी बसली, सभोवताली अवघा परिवार
कलावती कुणी नाचे मस्त गुलजार
छुन छुनन् छुनन वाजे घुंगरू, घुमे झंकार
हो घुमे झंकार ।।

दरबारातील नर्तिकेचे गाणे

मजेने मजेने धरा हात माझा
आज नको राजा उद्या तिन्ही सांजा

शिरी आज भारा असे बाटकांचा
पुढे पाठीमागे जथा बायकांचा
गडीमाणसांची शिवारात येजा

आज नको राजा उद्या तिन्ही सांजा ।।
नका आज थांबू नका शीळ घालू

नका बाई काही अकस्मात बोलू
उभ्या पिका पाणी मुक्यानेच पाजा
आज नको राजा उद्या तिन्ही सांजा ।।

उद्या याच वेळी आवर्जून येते
दीर दाजिबाला हळी एक देते

बेट केतकीचे   तिथे भेट योजा
आज नको राजा   उद्या तिन्ही सांजा ॥

हळद ओलवा हो   भिजू द्यात वाफा
निवू द्यात काळी   जिरू द्यात वाफा
खडा नका फेकू   धरा जी मुलाजा
आज नको राजा   उद्या तिन्ही सांजा ॥

गझल

न्हाणी घरात न्हाते   मी एकटी लबाडा
का मारितोसि हाका   उघडू कशी कवाडा
झालेत केस ओले   ते कोरडे करू दे

उदवून ते जरासे   हळुवार विंचरू दे
आलेच साजणा मी   कळ काढ, थांब थोडा

ऐन्यात पाहते अन्   माझी मला हसे मी
सोलून ठेवलेल्या   कणसापरी दिसे मी
डवरून घाम येतो   होतो पुन्हा उकाडा ॥

झाकून एक घेता   उघडे उरेचि काही
लेवू कशी धडोती   काही कळे न बाई
घे अंगणी विसावा   पागेत बांध घोडा ॥

वग

पैशासाठी कुणी जगामधि लबाडी करतो
पैशासाठी भाऊ भावाची मानहि चिरतो
पैशासाठी पती पत्नीला तोडूनि पुरतो
पापाची पोसवित राने पैका भिरभिरतो ॥

पैशासाठी स्वामिभक्तीला मारुनी टांग
सोकाजीनं ठीक घेतलं मेल्याचं सोंग
रोधून धरी तो श्वास आखडी अंग
म्हणे, 'आता जाऊनि मैने, राजाला सांग' ॥

राजा होता निघाला कराया शिकार
सभोवती जामानिमा चार सरदार
पाहिजे नको बघती जातीनं राणीसरकार
निघणार तोच ठाकली मैना त्या म्होरं हां जी ॥

लावणी

रूपासारखे दागदागिने हवेत कपडे उंची
मी लाडाची मैना तुमची, तुम्ही प्यारे पंछी
कानी झुमके, वेलभोकरे नव्या तऱ्हेची करा
सर मोत्याचा गळ्यात माझ्या, पदकामध्ये हिरा ॥

नवरत्नांच्या करून आंगठ्या नटवा बोटे पाची
गोरे माझे दंड त्यावरी बाहुभूषणे चढवा ॥
गोठ-पाटल्या, तोडे-बिल्वर शंभर नंबरी घडवा
कमरेवरती झुलवा माझ्या झुबकेवाली कांची ॥

पाच मण्याची चमकी नाकी, घाट नथीचा जुना
मनापासुनी आवडतो मज फक्कड तो दागिना
राणीहुनी मग दिसेल सुन्दर लक्ष्मी तुमच्या घरची ॥

साड्या आणा, तलम साजणा, सुती रेशमी जरी
घाटदार या अंगलटीला दिसेल जी जी बरी
बनारसीची, बऱ्हाणपुरची, सवंग सुंदर मदुरेची ॥

* * *

गाणारा मुलुख

द. मा. मिरासदार

ठणठणपूरच्या चक्रमादित्य महाराजांकडे एक गानसेन
नावाचा गवई येतो.
त्याच्या अदाकारीवर महाराज फिदा होतात. गवयाची
इच्छा पूर्ण करायची म्हणून एक अचाट आदेश
आपल्या प्रजेला लागू करतात.
त्यामुळे होणाऱ्या गंमती अनुभवा 'गाणारा मुलुख'
या नाटिकेमध्ये.

सुट्टी आणि इतर एकांकिका

द. मा. मिरासदार

शाळेतील शिक्षक खोली– मधल्या सुट्टी पूर्वीचा तास, शिक्षकांमध्ये चाललेले संभाषण. कोणीतरी मेल्याची बातमी येते आणि मधल्या सुट्टीच्या घंटेपर्यंत शिक्षक, पालक, विद्यार्थी यांच्या तर्क-तिर्कांना कसे तोंड फुटते ते पाहा 'सुट्टी' या एकांकिकेत.

दवाखाना थाटला, पण रोगीच नाहीत. का येत नाहीत? कोणामुळे येत नाहीत. की गावात सर्वजण निरोगी आहेत? आपल्याला सापडतील, याची उत्तरं 'निरोगी दवाखान्यात'...

फर्स्ट क्लासच्या वेटिंग रूममध्ये प्रा. डोके प्रवेश करतात निवांत वाचन किंवा झोपण्यासाठी. पण त्यांना असा वाचनासाठी निवांतपणा, झोपण्यासाठी शांतपणा मिळतो का? पाहा 'फर्स्ट क्लास वेटिंग रूम' मधे...

तालुक्याच्या शाळेचा निकालाचा दिवस. मुख्याध्यापक, उपमुख्याध्यापक आणि पर्यवेक्षक यांना भेटायला येणाऱ्या माणसांकडून कशा निकालाबाबतच्या मागण्या असतात. वाचा 'निकाल'मध्ये.

www.ingramcontent.com/pod-product-compliance
Lightning Source LLC
LaVergne TN
LVHW020006230825
819400LV00033B/1040